GIA-ĐÌNH CÚN

GIA-ĐÌNH CÚN

CÚN

TRUYỆN THIẾU-NHI
CỦA

NGÔ NGUYÊN DŨNG

LÀNG VĂN 1994

GIA-ĐÌNH CÚN
Truyện thiếu-nhi của Ngô Nguyên Dũng
Tranh bìa và minh-họa của Nguyễn Nhật Tân
Làng Văn xuất-bản tại Toronto, Gia-nã-đại
tháng 1 năm 1994

ISBN: 0-929090-35-7
Legal Deposit: January 1993

BÀI HỌC
VỠ LÒNG

Bố mẹ vẫn thường hỏi nhau, không hiểu ba đứa con rồi sẽ ra sao nơi xứ lạ quê người này? Dường như chúng chẳng hưởng được gì từ bố mẹ ngoài cái tài hay nói chữ và cái tính lãng mạn viển vông.

Bố nhủ thầm, biết đâu nhờ vậy mà chúng sẽ cố trau giồi Việt ngữ để sau này khỏi mất gốc, bơ vơ giữa rừng người tóc vàng, mắt xanh và không biết cội nguồn của mình là nơi nào. Mẹ thì cứ bảo bố nhờ một người nào đó đến nhà kèm bầy con, nhất là Cún 2, đọc và viết tiếng Việt, chứ để chúng học tiếng Mỹ mãi rồi cũng có ngày quên đi vần quốc ngữ, chữ nước nhà. Thế nhưng chuyện mưu sinh hằng ngày đã khiến bao nhiêu dự định của bố mẹ cuối cùng vẫn chưa thực hiện được. Cún 1 và Kiki nghe bố mẹ than vãn mãi, thương xót quá nên tự động mỗi cuối tuần lôi Cún 2 ra truyền Việt ngữ, dưới quyền điều khiển của bố. Thế là bỗng dưng bố trở thành bộ trưởng bộ Giám sát, ngoài cái ghế Quốc trưởng và bộ trưởng bộ Ngoại giao. Còn mẹ đã từ lâu nổi tiếng với chức vị số 1 trong bộ Tài chánh kiêm bộ trưởng bộ Nội vụ. Nhân dịp này bố giao cho Kiki nắm trọn bộ Văn hoá Giáo dục, còn Cún 1 giữ trong tay bộ Thông tin và Dân vận. Nghĩa là hai đứa phải có bổn phận quảng bá cái hay, cái đẹp của tiếng Việt, chứ để cu cậu suốt ngày xem tivi Mỹ, cứ tưởng mình là "súp-pơ-men", gặp ai cũng xí xô tiếng xứ người.

Sau một thời gian kiên nhẫn học hỏi, Cún 2 tiến bộ thấy rõ. Cu cậu đã bắt đầu viết được và viết một cách đam mê, hung hãn. Từ đó bố mẹ khỏi phải tự tay biên thư về thăm bà con bên Việt Nam nữa. Bao nhiêu thư từ, Cún 2 giành viết hết. Thành thử lâu lâu lại có cảnh mẹ vừa đan áo, vừa đọc cho Cún 2 hí hoáy viết. Nét chữ của Cún 2 tuy chưa đẹp và thẳng hàng, nhưng bố mẹ nghĩ, bà con bên nhà chắc hẳn sung sướng và cảm động

lắm khi biết rằng, dù sống nương tựa nơi xứ người,
bố mẹ vẫn không quên dạy cho con cái học và

viết tiếng Việt. Riêng Cún 1 và Kiki thì không cần dạy thêm, vì chúng vẫn còn nhớ những gì đã học lúc trước ở Sài gòn. Kiki đã bắt đầu làm thơ và biết mơ mộng. Cô bé đã hiểu thế nào là "ngẩn ngơ ra vào" và "lòng buồn dạt dào mỗi khi chiều xuống". Mẹ mắng mãi, vì con gái lãng mạn sớm sẽ dễ yếu đuối và sau này ra đời sẽ gặp nhiều khó khăn khi va chạm với thực tế. Mẹ biết lũ con đang ở cái tuổi đẹp nhất đời người: Tuổi chưa biết buồn phiền và lo nghĩ vẩn vơ.

Mẹ thường nói:

- Tuổi các con là tuổi thần tiên, vô tư nhất.

Kiki nũng nịu:

- Nhưng con thích làm người lớn kia.

Cún 2 nhanh nhẩu:

- Con thích trở thành Lý Tiểu Long mẹ ạ!

Cún 1 gắt:

- Để đi đánh nhau với Mỹ đen à?

Cún 2 lắc đầu nguầy nguậy:

- Không, không, để... về nước đánh nhau chứ!

Mẹ tròn mắt nhìn thằng con út, không hiểu ai đã dạy nó nói những ý nghĩ "vĩ đại" ấy. Kiki trề môi:

- Cún 2 chỉ có tài nói xạo là giỏi thôi.

- Không, em nói thật một trăm phần trăm mà.

- Nhưng Cún 2 là "Mít đặc" thì làm sao thành Lý Tiểu Long được?

Cún 2 đứng dậy, xăn tay áo, đánh gió vài cái, miệng la eo éo như mèo gào. Xong, cu cậu thả tay áo xuống, ngồi vào chỗ cũ.

- Đó, em sẽ tập như vậy suốt ngày, không chừng em hơn cả Lý Tiểu Long nữa.

Cún 1 nhìn Cún 2, lắc đầu:

- Chỉ có đánh với đấm là giỏi thôi, em học bài tới đâu rồi?

Cún 2 nhanh nhẹn trả lời:

- Tới bài *Cây mọc trong bụng*.

Rồi cu cậu đọc một hơi:

- *"Anh Ất và anh Giáp được một quả mít to, bèn bổ ra ăn. Anh Ất tham ăn, nuốt cả hột vào bụng. Anh Giáp nói, vài ngày sau cây sẽ mọc trong bụng đấy. Anh Ất cả sợ, về nhà hỏi mẹ phải làm như thế nào. Mẹ đáp, anh Giáp nói vậy để con chừa tánh ăn tham. Ăn uống thì từ từ chứ làm gì phải vội vàng để nuốt cả hột vào bụng."*

Mẹ vuốt tóc Cún 2, khen giỏi. Cún 2 vênh mặt lên. Kiki nghĩ thầm, lần sau sẽ dạy Cún 2 bài khác khó hơn. Và Kiki nghĩ ngay tới bài *Mai ăn khỏi trả tiền*, kể rằng:

"Có một người đánh xe ngựa thấy trước một

hiệu ăn có treo tấm bảng ghi hàng chữ: "Ngày mai ăn khỏi trả tiền". Người ấy mừng rỡ, hôm sau trở lại gọi rượu, thức ăn la liệt ra bàn, nhậu nhẹt một bữa no say. Khi định ra về, chủ quán chận lại, bình thản nói:

- Xin ông tả tiền giùm!

Người khách ngạc nhiên hỏi:

- Ồ, hôm qua quán ông treo bảng đề hôm nay ăn khỏi trả tiền mà!

Chủ quán cười xoà, chỉ vào tấm bảng còn treo trước cửa:

- Ông lầm rồi, ngày mai ăn mới khỏi trả tiền.

Người khách giận dữ vì biết mình mắc mưu, nhưng cũng phải móc tiền ra trả.

...Chắc chắn khi đọc xong bài này, Cún 2 sẽ trố mắt ra, vì không hiểu tại sao bảng đề như thế mà ông khách vẫn phải trả tiền như thường. Và như mọi khi, Kiki sẽ đặt thêm vài câu hỏi hóc búa cho Cún 2 nát óc một phen chơi. Kiki sẽ bảo Cún 2 giải thích những chữ khó trong bài như "la liệt", "bình thản"... Thế nào Cún 2 cũng bí rị và Kiki sẽ thẳng tay cho vào vở Cún một quả trứng to tổ bố. Nói là làm. Ngày hôm sau Kiki dạy Cún 2 liền tù tì bài *Ngày mai ăn khỏi trả tiền*. Và Cún 2 ngơ ngẩn thật sự.

Kiki cười mím chi nói với em:

- Cún học thuộc lòng bài này rồi trả lời mấy câu hỏi, cuối tuần chị sẽ chấm điểm cho.

Cún 2 tần ngần đưa viết lên miệng ngậm, đầu óc vắng tanh như chùa bà Đanh, không còn chữ cái nào sót lại trong trí nhớ...

...Thông thường, sau mỗi bữa ăn, mẹ dọn dẹp chén dĩa vào bếp; tiếp đó là bổn phận của bố: rửa chén. Lúc đầu bố còn ngại ngùng, mắc cỡ khi phải tròng cái yếm quanh bụng, thò tay vào bồn nước ngâm đầy một lô chén dĩa đầy dầu mỡ. Nhưng dần dần bố cũng quen đi. Nhất là từ lần mẹ bị bệnh liệt giường, một mình bố phải lo chuyện bếp núc, bố không còn dị ứng với chuyện rửa chén nữa. Bố nói hoài với mẹ:

- Anh rửa chén là để chứng tỏ anh thương em lắm lắm.

Mẹ hứ, nguýt bố một cái, nhưng lòng mẹ cảm thấy hạnh phúc vô cùng.

Hôm nay bố không phải rửa chén một mình như thường lệ, mà có cả Cún 2 vào giúp, trong khi mẹ, Cún 1 và Kiki đang xem ti-vi trong phòng khách. Bố ngạc nhiên nhìn cậu con út, hỏi:

- Ủa, sao hôm nay con ngoan thế?

Cún 2 đỏ mặt, ấp úng đáp:

- Ơ... con thấy bố rửa chén một mình, tội nghiệp quá, nên muốn giúp một tay cho mau xong, rồi bố con mình ra xem ti-vi một lượt.

Bố vuốt đầu Cún 2:

- Giỏi lắm, bố thương Cún 2 nhất nhà. Vậy bố rửa, Cún lau khô nhé!

Cún 2 gật đầu. Được một lát, Cún 2 mới nhỏ nhẻ cất lời:

- ..."La liệt" là gì hở bố?

Bố ngừng tay, nhíu mày nhìn thằng con trai, hỏi gặng:

- Cái gì?

- "La liệt" nghĩa là gì?

Bố đáp bừa, không suy nghĩ:

- "La liệt" là... ơ... có nghĩa là "tùm lum, tà la" ấy mà, bừa bộn, không có trật tự, hàng lối gì cả.

Cún 2 lẩm nhẩm lặp lại trong miệng để khỏi quên:

- "La liệt" là "tùm lum, tà la"... Còn "bình thản" là sao hở bố?

Bố ngạc nhiên thật sự, hỏi lại:

- Tại sao con lại hỏi nghĩa những chữ ấy?

Cún 2 nói dối:

- Con đọc báo Việt ngữ thấy có mấy chữ khó, con không hiểu nên hỏi bố vậy mà.

Bố gật gù:

- Thì ra vậy. "Bình thản" là "tỉnh bơ ông cụ", "phớt tỉnh Ăng-lê" đấy con ạ.

Thế là sau đó Cún 2 hớn hở ghi vào tập như sau: "La liệt = Tùm lum, tà la. Bình thản = Tỉnh bơ ông cụ, phớt tỉnh Ăng-lê."

Và Cún 2 ngỡ ngàng biết bao khi thấy con số 1 nằm trơ trọi trong tập bài kiểm. Cún xịu mặt, nói với Kiki gần như khóc:

- Sao chị ác và hà tiện quá vậy, chỉ một điểm thôi sao?

Kiki cảm thấy hối hận quá, nhưng cách giảng nghĩa của Cún 2 không thể chấp nhận được, đành nói:

- Em ngoan và siêng lắm, nhưng đâu ai giải thích như vậy được.

Cún 2 vùng vằng thú nhận:

- Bố giải thích giùm em chứ em đâu biết gì.

Kiki ngẩn tò te nhìn em, nghĩ thầm: "Chết, bố giải hộ Cún mà mình chỉ cho 1 điểm thì đâu có được, nhỡ Cún nói lại thì... tội nghiệp bố quá!" Thế là Kiki trịnh trọng gấp quyển vở lại, nói với em, giọng y như người lớn:

- Thôi được, chị sẽ cứu xét lại bài của em...

Cún 2 nhún vai, nhớ tới lời bố vẫn thường nói:

"Đàn bà lắm chuyện", và thấy đúng ơi là đúng. Tối đi ngủ, Cún mơ thấy được Kiki cho 10 điểm ngon lành. Trong mơ cu cậu thấy con số 10 xinh xắn nhảy múa cùng hàng chữ "giỏi lắm" ghi nắn nót bên cạnh. Mẹ vẫn nói, sự thật bao giờ cũng trái ngược với giấc mơ. Lần này Cún 2 thấy mẹ chẳng có lý gì cả, vì Kiki cho Cún 10 điểm thật. Cún 2 vội vàng mang tập ra khoe với bố. Bố đang ngồi đọc báo, đưa mắt nhìn xuống bài làm của cậu con trai rồi ngẩng lên, ngạc nhiên hỏi:

- Ai dạy con lối giải thích kỳ cục vậy?

Cún 2 ngơ ngẩn, lúng túng đáp:

- Ơ... thì... bố chứ còn ai, hôm con rửa chén phụ bố ấy!

Bố nhớ lại, bật cười lớn, ôm cậu con út vào lòng, nói:

- Trời đất hỡi, lúc ấy bố vui miệng trả lời con cho xong chuyện ấy mà, chứ nghĩa thật của mấy chữ đó đâu phải vậy.

Cún hờn dỗi:

- Bố hay giỡn, làm sao con biết được bố nói thật hay nói chơi.

- Lần sau con phải hỏi cho đàng hoàng, bố sẽ giúp con kỹ lưỡng hơn, nhớ nghe!

Và bố cũng không hiểu tại sao Kiki lại cho Cún

2 tới 10 điểm lận. Cuối cùng bố đoán, vì một lý do nào đó, Kiki biết ngay lời giải đáp từ bố ra chứ không còn ai khác, nên cho điểm cao để "nịnh đầm" bố thế thôi. Bố cảm thấy hạnh phúc quá, tưởng như đang nhỏ lại, làm bài được cô giáo cho 10 điểm ngon lành.

(1983)

CANH BẠC ĐẦU NĂM

Sáng mồng một, bố mẹ ăn mặc chỉnh tề ra ngồi ghế sa-lông cho ba đứa con lần lượt khoanh tay mừng tuổi. Khung cảnh Tết năm nào cũng thật trang nghiêm với bàn thờ Phật, thờ ông bà nhang đèn nghi-ngút, hoa quả thắm-tươi. Chiếc bàn gỗ nâu thường ngày được mẹ trải khăn, chính giữa đặt một bình pha lê cắm nhiều loại hoa trông rất mỹ thuật. Năm nào cũng vậy, chỉ bấy nhiêu thôi là đủ làm cho Cún 1, Kiki và Cún 2 hồi hộp, nôn nao trong lòng. Chúng biết, Tết đến cũng có nghĩa là được tiền lì xì và được nghỉ học một ngày, nếu mồng một nhằm vào ngày làm việc trong tuần. Mà không khí Tết đâu phải chờ đến mồng một mới đậm đà. Mấy tuần trước đó mẹ đã chuẩn bị làm dưa giá. Bao nhiêu loại mứt, mẹ tự tay làm lấy cả. Bánh chưng được mẹ gói từ mấy ngày trước, hấp xong xuôi treo lên, chờ tới sáng mồng một lấy ra ăn điểm tâm với thịt kho, dưa món. Dù xa quê cha đất tổ, nhưng những ngày đầu năm gia đình bố mẹ chuẩn bị tưng bừng lắm. Họ hàng, người quen xa gần lần lượt tới thăm. Sau đó gia đình lại đi thăm trả lễ. Đối với ba đứa nhỏ, sáng mồng một chính là ngày quan trọng nhất trong năm. Cả ba được mẹ đánh thức từ sớm, thúc hối tắm rửa và mặc quần áo mới. Cún 1 và Cún 2 xúng xính trong chiếc áo dài gấm xanh, quần trắng, mang dép nhung. Kiki được mẹ may cho chiếc áo dài hồng, đeo vào cổ cây kiềng vàng trông thật duyên dáng. Sau đó cả ba đứng xếp hàng một trước mặt bố mẹ. Cún 1 là anh cả, nên năm nào cũng phải bắt đầu trước. Thường ngày cu cậu lì lợm không kém ai, thế mà hôm nay trông lúng túng thấy rõ, giọng ấp úng:

- Năm mới... ơ.. con mừng tuổi bố mẹ, chúc bố mẹ, chúc bố mẹ... ơ.. làm ăn phát tài, sống lâu

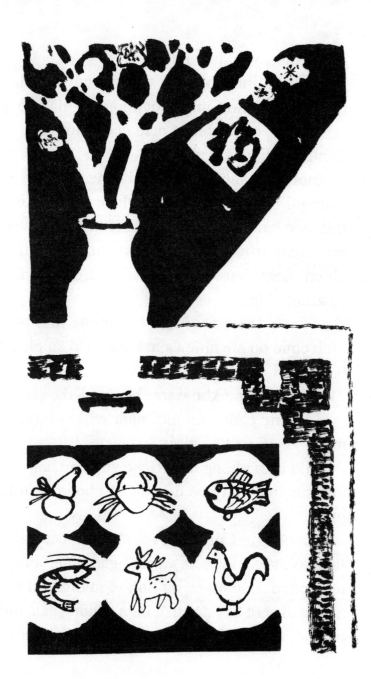

muôn tuổi, vạn điều như ý.

Bố mẹ mỉm cười sung sướng, vuốt tóc cậu con trai. Bố trao cho Cún 1 một phong bì giấy đỏ, nói:

- Bố mẹ chúc con ăn mau chóng lớn, học hành thông minh, chăm chỉ.

Cún 1 khoanh tay cám ơn bố mẹ. Tới lượt Kiki. Con gái bao giờ cũng khôn lanh, tỉ mỉ hơn con trai, nên bài mừng tuổi bố mẹ Kiki đã soạn sẵn từ mấy ngày trước, bền bỉ học thuộc, thành thử tới phiên, Kiki liền xổ ra một tràng trơn tru, không vấp một chữ:

- Trước thềm năm mới con mừng tuổi bố mẹ, kính chúc bố mẹ nhiều sức khoẻ, làm ăn phát đạt, bách niên giai lão.

Bố mẹ gật gù khoái trá. Mẹ ôm Kiki vào lòng:

- Bố mẹ chúc con một năm mới vui vẻ, khoẻ mạnh và ăn no học giỏi.

Kiki cầm phong bì lì xì mẹ vừa trao, cảm động quá sức, hai mắt hoe đỏ, miệng nhoẻn cười hạnh phúc.

Từ nãy giờ Cún 2 bối rối lắm. Tim cu cậu đập liên hồi, nhảy loạn xạ và ruột gan bỗng dưng lộn tùng phèo. Bao nhiêu dự tính sẽ mừng tuổi bố mẹ những gì chợt bay đâu mất biến. Những câu, những chữ hôm qua Cún 2 nhắm mắt đọc làu làu, dễ ợt

như ăn cơm sườn, thế mà bây giờ trôi tuột đâu cả.
Cu cậu quên béng đi, đứng vòng tay hồi lâu, đầu
cúi gầm. Không thấy Cún 2 nói năng gì, mẹ nhẹ
nhàng giục:

- Sao Cún 2 mừng tuổi bố mẹ gì đây?

Cún 2 len lén nhìn mẹ, rồi liếc qua bố, cố gắng
lắm cu cậu mới thốt nên lời:

- Sang năm mới... con kính chúc bố mẹ... phát
tài, ăn ngon ngủ ngoan... nhiều sức khoẻ... thành
công và vui vẻ.

Bố mẹ hoan hỉ vỗ tay khen ngợi câu chúc của
Cún 2, khiến cu cậu ngượng đỏ cả mặt. Bố trao
cho Cún phong bì nhỏ chứa 5 đô-la mới tinh, vuốt
đầu cậu con út, nói:

- Bố mẹ chúc con ăn khoẻ, học chăm và nhiều
may mắn.

Cún 2 cầm lấy phong bì, nũng nịu:

- Năm rồi con kém may mắn hở bố, bị đau một
trận tơi bời. Chắc tại chú Bằng tới xông nhà nên
xui xẻo quá.

Mẹ bật cười:

- Không phải vậy đâu, tại con yếu trong người
nên mang bệnh thế thôi.

Kiki chợt hỏi:

- Mà năm nay ai tới xông nhà mình vậy bố?

Bố đưa mắt nhìn mẹ, lắc đầu:

- Bố cũng không biết nữa, chờ xem.

Cún 2 vẫn còn cằn nhằn:

- Lát nữa chú Bằng có tới, con nói bố mẹ không có ở nhà để chú đừng xông nhà mình năm nay.

Cún 1 gắt:

- Thằng này sao mê tín dị đoan quá.

Cún 2 gật đầu tin tưởng:

- Không phải mê tín đâu, có thật đấy, chuyện khó tin mà có thật anh ạ!

- Khỉ ơi là khỉ, chỉ tin nhảm thôi.

Cún 2 nhún vai, lý luận:

- Chỉ mình em tin là đủ rồi.

Vừa lúc ấy mẹ kêu ngồi vào bàn ăn sáng, nếu không cuộc đấu khẩu tay đôi chắc còn kéo dài. Ngồi ăn mà ba đứa nhỏ cứ nôn nao trong lòng. Chúng biết, ăn xong sẽ tới màn hào hứng nhất trong năm, mà bố mẹ sẽ là người chủ động. Ấy là màn "bầu cua cá cọp".

Năm nào cũng như năm nấy, vừa điểm tâm xong là cả nhà xúm lại quây quần giữa phòng khách. Bố trịnh trọng trải bàn bầu cua ra. Mẹ tất tả chạy vào bếp lấy cái tô và cái đĩa sứ ra cho bố. Rồi mẹ vào phòng ngủ mang ra con heo đựng tiền lẻ, trút đống bạc cắc xuống thảm. Ba đứa con xúm

lại đổi tiền thật ồn ào. Xong đâu đấy, mẹ tới ngồi cạnh bố, hồi hộp theo dõi màn sát phạt. Trước khi cuộc chơi bắt đầu, bố dặn dò:

- Bố mẹ làm "cái", các con muốn đặt bao nhiêu thì đặt. Khi bố hô to "coi chừng bố mở" là không đứa nào được phép dời chỗ, thêm hay rút ra nữa. Thua không được cầu nhàu, hằn học, khóc lóc đòi trả lại, nghe không?

Ba đứa nhỏ hớn hở "dạ" liên hồi. Bố mẹ biết, dặn cho có lệ vậy chứ sau cuộc chơi thế nào cũng có màn "khóc lóc đòi tiền lại". Ăn thì không sao, nhưng thua thì ôi thôi, cả ba đứa khóc thê thảm lắm. Nhất là Cún 2, cu cậu vừa khóc vừa giẫy, quỷ nhập cũng không bằng. Tuy vậy cứ theo tục lệ hằng năm, mỗi sáng mồng một sau bữa điểm tâm là phải có màn "bầu cua cá cọp", ba đứa mới bằng lòng. Năm ngoái bố mẹ làm chủ sòng bị "sập tiệm", thua to đến nỗi bố phải lên tiếng phàn nàn:

- Sao "mày" đặt nhiều thế?

Hay:

- Con nít lộn xộn quá, năm tới không chơi với "tụi bây" nữa đâu.

Được tiền, ba đứa con nào để ý tới lời bố nói. Chúng đùa giỡn, cười lăn cù ra thảm khi thấy trúng. Bố nhìn mẹ thở dài, ý nói "xui xẻo quá mình nhỉ?" Cuối cùng mẹ chán nản đứng dậy, cất giọng ra lệnh:

- Thôi, chơi đủ rồi, đi rửa tay rồi ăn cơm!

Dù cả ba ồn ào phản đối, bố mẹ vẫn lẳng lặng xếp bộ bầu cua vào hộp, bỏ vào tủ khoá lại chờ mồng một năm sau.

Năm nay kết quả trái ngược năm rồi. Bố mẹ thắng to, ba đứa con thua lớn đâm ra nóng mặt, đặt tiền thật nhiều. Một lần bố lắc ra ba con cua, chẳng đứa nào đặt cua, bố cười hể hả quơ tiền về phía mình. Kiki giận quá, lẩm bẩm:

- Kỳ này phải còn cua, con đặt cua.

Cún 2 "hừ" một tiếng:

- Em đặt con cua luôn, cho bố mẹ hết tiền luôn!

Cún 1 hùa vô:

- Anh đặt cua nốt. Tụi mình nhất định thắng lần này.

Bố cười hì hì:

- Đặt đi các con ơi, đặt lớn thua lớn, đặt nhỏ thua nhỏ, đặt đâu thua đó mà.

Nói xong, bố lắc một cái. Ba cặp mắt thao láo dán vào bàn tay bố từ từ mở nắp tô. Mẹ ngồi cạnh bố la lên một tiếng:

- A, không có con cua nào cả, mình quơ hết bố ạ!

Bố xoa tay khoái chí:

- "Nô" cua, "nô" còng. Hai trái bầu, một con cá. Bố "vùa" hết.

Ba đứa nhỏ đưa mắt nhìn nhau, thất vọng não nề. Cún 1 than thở:

- Con còn có 50 xu thôi.

Kiki thở dài:

- Con chỉ còn hơn 1 đô rưỡi.

Hai mắt Cún 2 đã bắt đầu hoe đỏ. Cặp môi trễ xuống, mếu máo:

- Em còn có mỗi 20 xu thì sao?

Rồi, như những năm trước, Cún 2 oà lên khóc ngon lành. Hai chân cu cậu bắt đầu đánh nhịp theo mỗi tiếng "hu, hu". Kiki thấy Cún 2 khóc, cũng buồn bã nhỏ hai hàng nước mắt. Cún 1 bình tĩnh hơn, nhỏ nhẹ nói với bố:

- Tụi con "sạt nghiệp" rồi bố mẹ ạ!

Bố xếp đống bạc cắc thành từng chồng cao, nói bâng quơ:

- Chơi với "tụi mày" mất thì giờ quá, ăn chỉ phải trả lại thôi.

Mẹ lườm bố một phát:

- Thì chơi cho vui vậy mà, chứ ăn có đáng là bao.

Bố than vãn:

- Mà tụi nó hay khóc quá, xui xẻo cả năm.

Và bố hăm doạ:

- Đứa nào còn khóc, bố không trả tiền lại đâu.

Cún 2 đang khóc ngon lành chợt nín khe. Kiki lau nước mắt, bẽn lẽn nhìn bố mẹ cười cầu tài. Và bố từ từ đếm tiền trả lại cho ba đứa nhỏ. Dù phải trả lại, nhưng thắng được canh bạc sáng mồng một, bố mẹ cũng hài lòng lắm, vì năm mới bắt đầu nhiều may mắn quá.

(1984)

BỐ VÀ MẸ

Gia đình bố mẹ lúc nào cũng hạnh phúc cả. Lâu lâu bố mẹ cãi vã nhau một tí cho đời sống đỡ nhàm chán, rồi đâu lại vào đó. Thường thì nguyên nhân đưa tới chuyện cãi nhau chẳng có gì quan trọng, nhưng thỉnh thoảng mẹ thích làm nũng cho bố chiều để thử xem bố yêu mẹ tới chừng nào. Nhưng lần xích mích này vĩ đại hơn những lần trước nhiều. Mẹ và ba đứa con đang ngồi nghe cải lương trong phòng khách, thì bố cầm lá thư của ai đó từ ngoài xông vào, mặt đỏ như mặt Trương Phi. Bố hét lên:

- Lá thư này là của ai đây, mình nói cho "tôi" biết, của ai đây?

Mẹ giật bắn người, giành lấy lá thư trên tay bố, hấp tấp bóc ra đọc thoáng qua, rồi lắc đầu nhìn bố:

- Trời ơi, có vậy mà mình cũng làm ầm lên, thì ông ta mến em, biên thư thăm em chứ có gì đâu.

Bố lại hét làm cả ba đứa con sợ quá, chạy tọt xuống bàn ăn, ôm nhau nhìn bố mẹ, mặt mày lấm lét.

- Ối, thăm với hỏi. Mình là gì của "nó" mà "nó" biên thư hỏi thăm?

- Vớ vẩn chưa, thì ông ta quen em từ hồi còn trên đảo. Hôm nọ đi phố, tình cờ gặp lại, thấy ông ta cũng là người hiền lành tử tế, em cho địa chỉ để có dịp ông ta ghé thăm vợ chồng mình...

Bố ngoác miệng ra:

- Ai mời "nó" tới thăm?

- Vô duyên quá, thì em chứ còn ai. Mà không chừng mình cũng quen ông ta nữa đó, anh Tùng ấy mà!

Bố nhíu mày, cố moi trí nhớ xem gã tên Tùng là ai. Và bố thốt lên:

- Tên "Tùng mặt khỉ", phải không?

Mẹ nguýt bố một cái, nhủ thầm, ông ấy đẹp

trai thế, giống A-lên Đờ-lông thế mà ổng lại kêu là "Tùng mặt khỉ", đúng là người không có óc thẩm mỹ gì cả. Nhưng mẹ chỉ nghĩ thầm thế thôi, không dám nói ra, sợ đổ dầu vào lửa.

Bố lại hỏi:

- Có phải "nó" không? Thằng "Tùng mặt khỉ", phải không?

Mẹ đỏ mặt lên, hai mắt mẹ đã bắt đầu hoe đỏ:

- Ừ... mà hắn "mặt khỉ" hay "mặt vượn" thì cũng đâu có ăn nhậu gì tới "ông", mà "ông" la ầm lên thế?

Bố giận dữ thật sự. Hai mắt bố long lên, chiếc miệng cong lại. Dưới gầm bàn, Kiki bật khóc rấm rứt. Bố lay mạnh vai mẹ:

- "Cô" còn xỏ xiên, chày cối với tôi nữa phải không?

Mẹ bưng mặt, khóc tức tưởi:

- Tôi không ngờ ông hèn thế, nghi oan cho tôi mà còn định giở trò vũ phu nữa...

Và mẹ chùi nước mắt, quay lưng bước nhanh vào phòng ngủ. Bố nhìn theo, "hừ" một tiếng, không quên nói với theo:

- Ừ, lấy hết quần áo đi đi, qua ở luôn với dì Hương đi!

Bố biết tính mẹ, lâu lâu nhân ngày giỗ ông bà

hay lễ lạc này nọ, mẹ lại đòi qua nhà dì Hương ở vài ngày để chị em có dịp cùng nhau tâm sự. Bố chiều mẹ, cho mẹ đi mà trong lòng không mấy vui, vì những khi ấy mọi chuyện trong nhà bố đều lo hết. Dù chỉ vài ngày thôi, nhưng đối với bố là cả một cực hình. Còn gì đau khổ cho bằng, mỗi ngày từ hãng trở về, bố lại tròng yếm vào, loay hoay làm bếp. Thường thì bố chọn những món dễ làm nhất để nấu. Chẳng hạn bố hay mua bốn miếng thịt bò, hai ổ bánh mì dài, thế là xong. Bố ướp thịt bò với tỏi, đem chiên bơ. Kiki và Cún 1 lo xắt hành tây để sau đó bố làm nước sốt. Riết rồi lũ con biết tính bố, mỗi lần thấy mẹ dọn dẹp quần áo sang nhà dì Hương là Cún 2 lại thở dài:

- Cún 2 ớn ăn bánh mì với thịt bò lắm lắm!

Mẹ vuốt đầu Cún 2, cười:

- Vậy chứ con thích ăn cái gì?

- Cơm mí thịt kho, canh cà chua mí tôm khô ấy mẹ ạ!

- Con chịu khó, mốt mẹ về nấu cơm cho con ăn nhé!

Cún tiu nghỉu gật đầu.

Nhưng lần ra đi hôm nay, cả ba đứa đều cảm thấy bất ổn làm sao. Có bao giờ trước khi đi, bố với mẹ cãi nhau như mổ bò thế đâu. Có bao giờ

sang dì Hương mà mẹ khóc như đưa đám thế đâu.
Cún 2 thắc mắc quá đỗi, rón rén chạy ra khỏi gầm
bàn, níu lấy áo mẹ, hỏi:

- Mẹ đi bao giờ về hở mẹ?

Mẹ cúi xuống ôm Cún 2 vào lòng, hôn lên tóc
Cún, khóc tấm tức:

- Chưa biết chừng nào, con ở nhà ngoan nhé!

Kiki và Cún 1 cũng lọt tọt chạy đến bên mẹ,
đứa nắm tay, đứa níu chân, cảnh tượng trông bi
thảm lắm. Bố vẫn tỉnh bơ ngồi trong ghế sa-lông

đọc báo, miệng hút thuốc nhả khói chữ O, nhưng lâu lâu lại liếc mắt nhìn bốn mẹ con đang chia tay nhau, khóc lóc tơi bời. Bố "hứ" một cái. Kiki khôn ngoan, chạy lại ôm lấy bố, vừa khóc vừa năn nỉ:

- Bố, bố xin lỗi mẹ đi, không thôi mẹ bỏ đi luôn.

Cơn giận còn đó, bố phất tay:

- Cho đi luôn, đỡ tốn một miệng ăn!

Kiki ngây thơ:

- Mẹ ăn như mèo bố ơi, đâu tốn kém gì...

- Hứ, mẹ mày ăn như cọp chứ như mèo với chuột nỗi gì.

Mẹ tức tối, không biết làm sao, hết khóc được nữa. Thế là mẹ đẩy Cún 1 và Cún 2 qua một bên, tay xách va-li, bước một mạch ra cửa. Cún 2 chạy theo không kịp, lăn cù ra đất khóc hu hu. Bố bực quá, quát lên:

- Đi ngủ hết đi!

Cả ba còn đang ngần ngừ thì bố đã hét to:

- Đi!

Nhìn ba đứa con rón rén đi vào phòng ngủ, đóng cửa lại, bố thẫn thờ buông tờ báo xuống. Phòng khách bỗng dưng im lặng quá, chỉ còn tiếng đồng hồ quả lắc kêu tích-tắc. Bố tới bật ti-vi. Hôm nay có đá banh kiểu Mỹ. Coi lũ đàn ông vật nhau với trái banh cà na một hồi bố chán ngấy, tắt máy, tới mở nhè nhẹ cửa phòng ngủ của Cún 2 và Cún 1. Đèn vẫn còn thắp sáng. Cún 2 nằm trong giường, kéo chăn tận cổ, hai mắt đỏ hoe nhìn bố. Bố ngồi xuống bên cậu con út, giọng dịu dàng:

- Cún 2 chưa ngủ sao?

Cún 2 lắc đầu, hai giọt nước mắt lăn dài xuống thái dương:

- Cún nhớ mẹ bố ơi.

Bố chợt nhớ ra, từ nào đến giờ mẹ tập cho Cún 2 cái tính xấu là cứ mỗi đêm mẹ phải kể chuyện cho Cún nghe, Cún mới ngủ được. Bố vuốt tóc Cún, hỏi nhỏ:

- Con muốn nghe kể chuyện không?

Cún 2 gật đầu, tay đặt lên đùi bố:

- Mẹ đang kể tới đoạn bà Cúc Hoa hiện hồn về bắt chí cho hai con í bố ạ!

Bà giợt thửt ngõéi, chuyỉn *Phạm Công, Cúc Hoa* bố biết sơ sơ thôi, làm sao kể tiếp. Bố nhỏ giọng:

- Bố kể chuyện khác cho con nghe nhé!

- Con thích nghe chuyện ma bố ạ.

- Ma gì?

- Ma cà rồng, ma da, ma xó hay ma trơi, ma gì cũng được.

Bố nhún vai:

- Nhiều ma quá, bố đâu có biết. Bố chỉ biết chuyện ma thú vật thôi.

Cún 2 xoe mắt nhìn bố:

- Ma chó hay ma mèo hở bố? Tỷ như con thằn lằn chết, nó có thành ma không hở bố?

- Suỵt, nói nhỏ thôi, để Cún 1 ngủ với chứ... Bố không biết đâu, nhưng chuyện ma chó bố có nghe kể rồi con ạ.

Và bố phịa ra một chuyện ma thật đơn giản, không ghê rợn gì cả để kể cho Cún nghe. Cu cậu hớn hở lắng tai theo dõi, nhưng vừa tới đoạn mà bố cho là khiếp đảm nhất thì cu cậu đã thiếp ngủ. Bố nhẹ nhàng đắp chăn cho con, khẽ bước ra phòng khách. Khi ngả người xuống mặt ghế sa-lông, bố chợt cảm thấy hối hận. Có lẽ vì đi làm về mệt nên bố đâm ra nóng nảy chăng? Bố thấy mình vô lý quá. Bố mở lá thư của cái người tên Tùng nào đó gởi cho mẹ, đọc lại lần nữa và thấy chẳng có gì đáng để bố ghen tuông cả. Ông ta chỉ viết vài dòng hỏi thăm sức khoẻ và hẹn sẽ có dịp tới thăm gia đình mẹ. Chỉ có thế thôi mà bố đã ghen cuống cuồng lên như thể ngồi trên lửa bỏng. Và bố nhấc điện thoại, quay số gọi sang nhà dì Hương. Bố ngỡ ngàng biết bao khi nghe giọng mẹ nhỏ nhẹ bên kia đầu dây:

- Mình đó phải không? Em biết thế nào mình cũng gọi nên em chờ sẵn từ nãy giờ đây. Mình ơi, em về nhe, em nhớ các con quá.

Giọng bố xúc động:

- Anh xin lỗi mình thật nhiều nghe. Anh xấu tính quá.

Giọng mẹ nũng nịu:

- Em mới có lỗi mình ạ. Đáng lẽ em không nên cho tên "Tùng mặt khỉ" địa chỉ làm gì. Em hứa với mình, từ rày về sau em sẽ không cho ai địa chỉ bừa bãi, cũng không bỏ nhà đi như vậy nữa.

Bố bật cười. Mẹ cũng bật cười. Thế là chuyện cãi vã của bố và mẹ kết thúc ở đây.

(1984)

CHỊ HẰNG NGA
CỦA BỐ

Kiki còn nhớ, trong một bữa cơm nào đó bố bảo còn một tuần nữa sẽ tới Trung Thu. Cún 2 hỏi bố, Trung Thu là gì thì được bố giải thích, Trung Thu còn được gọi là Tết Nhi Đồng. Đó là dịp mà trẻ con được người lớn mua hoặc làm cho những chiếc lồng đèn để dạo chơi khắp phố. Cún 1 có vẻ không để ý gì tới biến cố quan trọng này cho lắm, vì cu cậu đang có một sở thích mới: dán hình tàu bay vào vở. Riêng đối với Kiki thì Trung Thu còn có nghĩa xa nhà thêm một năm nữa, xa vầng trăng tròn sáng leo lẻo ở quê nhà mà bố bảo người Mỹ đã cắm lá cờ đầu tiên lên đó.

Cún 1 nghe bố nói, trợn mắt lên hỏi:

- Xời ơi, sao không xây nhà mà lại cắm cờ?

Bố giải thích:

- Cắm cờ cho người biết mặt trăng là của họ.

Kiki nhíu mày:

- Con cứ tưởng mặt trăng là của chị Hằng chứ!

- Của chú Cuội nữa.

- Còn Ngọc Thố bỏ đâu?

Bố gãi tai:

- Ừ, ừ, nhưng họ thấy người Mỹ lên, sợ quá nên dọn nhà sang nơi khác rồi!!!

Cún 1 có vẻ không đồng ý với lời giải nghĩa không mấy khoa học này của bố, hỏi:

- Nơi khác là đâu hở bố?

Bố ngần ngừ một lát mới tìm được câu trả lời:

- ...Thì phía mặt trăng bên kia.

Kiki thè lưỡi ra:

- Ghê quá, họ không sợ đi lạc rồi... rơi xuống đất sao bố?

- Không đâu, vì trên ấy cũng có sức hút y như trên mặt địa cầu, có điều yếu hơn nên người ta lơ lửng như con cá vàng vậy.

Cún 2 vỗ tay reo:

- Sướng quá, sướng quá, lửng lơ như nằm võng

bố nhỉ?

- Ừ, như Cún nằm võng tơ lơ mơ bú mẹ, phải không?

Cún 1 và Kiki cười nắc nẻ. Cún 2 mắc cỡ đỏ bừng mặt, mắt chơm chớp, vì cả nhà ai cũng biết Cún 2 bỏ bú mẹ trễ lắm, lúc răng đã mọc đầy, hai chân đã cứng, chạy chơi khắp nơi. Giờ nghe nhắc lại, Cún 2 ngượng ngùng, người co rúm, mặt đỏ như tôm luộc.

Kiki cười đã đời mới nhẹ nhàng cất tiếng:

- Bố này!

- Gì?

- Bố... ơ.. bố làm cho con lồng đèn nhé!

Chỉ nghe có thế, hai anh em Cún cùng lượt nhao nhao lên:

- Cho con nữa.

- Cho Cún 2 mí bố ơi!

Bố không ngờ bị lọt bẫy một cách êm ái như thế. Cả ngày bố phải đi làm quần quật, đôi khi còn làm thêm giờ phụ trội cộng thêm ngày thứ bảy thì làm sao bố có giờ rảnh để chẻ tre, dán giấy làm lồng đèn cho các con. Hơn nữa, từ bé tới giờ bố chỉ thấy mấy chú Trung Hoa bầy bán lồng đèn trong tiệm, có thích thì năn nỉ mẹ mua cho một cái, còn làm thì... chịu thôi. Cuối cùng bố dùng chiến thuật hoãn binh:

- Từ từ rồi bố sẽ làm cho các con mỗi đứa một cái, chứ lúc này bố không có nhiều thì giờ đâu.

Cún 2 nịnh bố, chạy tới vạch tóc bố, bi bô:

- Con nhổ tóc bạc cho bố nha! Xời ơi, tóc bố bạc nhiều ghê ời ơi!

Kiki bắt chước em:

- Con đấm lưng cho bố nghe!

Cún 1 tìm hoài không biết phải nịnh đầm bố cách nào, ngồi gãi cằm mãi mới thốt nên lời:

- Con... con... cắt móng chân cho bố nhé!

Bô bật cười. Dù sao bố cũng hài lòng lắm, vì dạo thường phải quát một tiếng mới có đứa chạy tới nhổ tóc bạc cho.

- Vậy Kiki tới nhổ tóc bạc, tóc sâu cho bố đi. Cún 2 mang lại đây cho bố tờ báo. Còn Cún 1 vào bảo mẹ pha cho bố tách cà phê, rồi lấy bài ra học.

Cả ba răm rắp tuân theo lời bố, không một lời than thở.

Kiki vừa nhổ tóc cho bố vừa thỏ thẻ:

- Bố biết nhiều về chị Hằng Nga không hở bố?

Bố ngưng đọc báo, đẩy gọng kính trễ xuống sống mũi, rồi quay nhìn đứa con gái đang mở to đôi mắt nai chờ đợi câu trả lời. Bố lắc đầu nhẹ:

- Bố chỉ nghe nói vậy thôi.

- Chắc chị ấy đẹp lắm bố nhỉ?
- Ừ, đẹp mê luôn.
- Như Thẩm Thuý Hằng không hở bố?
- Hơn Thẩm Thúy Hằng luôn.
- Vậy như Ê-li-sa-bét Tây-lo bố hở?

- Ăn đứt Tây-lo luôn.

Kiki lè lưỡi ra:

- Vậy mà chị ấy ở trên mặt trăng có một mình, buồn ghê bố nhỉ?

- Có Ngọc Thố làm bạn rồi.

- Xời, Ngọc Thố đâu biết nói chuyện.

- Có còn hơn không. Ngoài ra còn chú Cuội nữa con ạ!

Kiki lắc đầu nguầy nguậy:

- Chú Cuội nói chẳng ai tin cả... Bố này, con sẽ biên một bức thư cho chị Hằng Nga, mai bố đem ra bưu điện gửi lên mặt trăng hộ con, bố nhé!

Bố ngẩn người ra:

- Chi vậy Kiki?

Kiki rơm rớm nước mắt:

- Con thương chị ấy quá bố ơi. Chị ấy sống có mỗi một mình trên mặt trăng của người Mỹ, như vậy người ta kêu là ở lậu đó bố!

Bố ậm ừ:

- Ừ... ở lậu.

- Con viết vài dòng chia buồn cùng chị ấy bố nhé!

Bố không biết làm gì hơn là gật đầu, nâng gọng kính lên, chăm chú vào tờ báo.

Thế là ngày hôm sau, từ hãng trở về bố nhận

được lá thư gấp làm tư của Kiki gửi cho chị Hằng Nga, viết bằng mực tím trên giấy kẻ ô vuông. Kiki viết như thế này:

"Chị Hằng Nga dấu ái,

Em là Kiki, tên trong khai sinh là Lê thị Thanh Thủy, mạo muội viết lá thư này gửi chị, trước để làm quen, sau là chia buồn cùng chị số phận hẩm hiu ở trên ấy.

Em là dân tị nạn Việt Nam, đi cùng bố mẹ với anh Cún 1 và em Cún 2 sang đây định cư đã nhiều năm nay, bỏ lại nhà ông bà ngoại, ông bà nội, buồn ơi là buồn. Dù xa chị vời vợi, nhưng lúc nào em cũng nhớ tới chị và những ngày Tết Trung Thu ở Sài Gòn khi trước. Em còn nhớ, năm nào cũng vậy, tới rằm tháng tám là chị khóc liên miên làm lồng đèn em ướt mấy bận. Vì lẽ đó nên em biết chị buồn lắm, chẳng có ai chơi đùa với chị cả. Ngọc Thố đâu chơi nhảy dây, năm mười được, còn chú Cuội thì chao ơi, mồm năm miệng mười, ai mà dám tin. Hơn nữa, chị đang ở lậu nhà người Mỹ, họ cắm lá cờ khiến chị phải chạy sang phần mặt trăng bên kia sống với bóng tối. Em thương chị lắm, như thương bố phải làm lụng cực khổ để nuôi chúng em vậy.

Hôm nay, với sự đồng ý của bố, em viết mấy

dòng nhờ bố gửi lên cung trăng cho chị đọc đỡ buồn. *Nếu có điều chi sơ sót, xin chị thương em mà bỏ qua cho.*

Em của chị."

Đọc xong, bố mỉm cười, lắc đầu thầm nghĩ: "Lâu lâu mình giả làm chị Hằng biên lá thư trả lời cho con nó mừng cũng chẳng chết ông Tây đen nào." Và bố định trong đầu sẽ nhờ mẹ viết một tờ thư cho Kiki, vì mẹ có nét chữ dịu dàng, Kiki dễ tin hơn.

Trên đường từ nhà đến hãng, bố nghĩ ra tờ thư giả mạo sẽ có nội dung tương tự như sau:

"*Cung Quảng, ngày... tháng... năm...*

Em Kiki thương yêu của chị,

Đang ngồi tư lự trong vườn Thượng Uyển thì chị nhận được thư của em từ hạ giới gửi lên khiến chị xúc động vô vàn, giọt châu rơi lả tả. Đọc xong những dòng chữ dễ thương của em, chị càng cảm động hơn nữa, nhưng không biết làm gì khác hơn là biên trả lời em lá thư này, nhờ hoả tiễn liên hành tinh mang đến người em gái vừa mới quen muôn đời yêu mến của chị. Chị thông cảm hoàn cảnh tị nạn của em lắm, nên có xin Ngọc Hoàng thương tình chấp nhận cho dân tị nạn Việt Nam nhập cảnh thượng giới, nhưng vì đường xá xa xôi

thành ra Ngọc Hoàng đành gạt nước mắt từ chối.
Nếu không thì chị em mình sẽ có dịp gặp nhau,
chiều chiều cột Ngọc Thố dẫn đi dạo Cung Hằng,
vào vườn Thượng Uyển ăn đào tiên để suốt đời
đẹp hơn Thẩm Thuý Hằng, không bao giờ già cả!

Kiki yêu mến, chị viết mấy hàng nhờ chú Cuội
mang ra bưu điện gửi xuống hạ giới cho em, chị
mong em và tất cả nhi đồng nơi ấy hưởng một mùa
Trung Thu vui vẻ, nhiều trò chơi và ăn thật ngon
bánh dẻo, bánh nướng.

Chị của em.

Tái bút: Em đừng lấy làm lạ khi thấy thư chị
đóng dấu bưu điện Mỹ nghe, vì chị đang ở lậu nhà
họ mà."

...Và bố sẽ xoa tay cười lớn, cũng như sẽ không
quên thêm vào hàng chữ: *"Từ rày về sau em đừng
biên thư cho chị nữa nhé, tốn tiền bố và cực công
mẹ lắm em ơi."*

(1985)

CHUYỆN DÌ THẢO

Những lúc mong mỏi chuyện gì thành tựu tốt đẹp, không những mẹ khấn ông Địa, Phật Bà, mà mẹ cầu nguyện cả Đức Mẹ Maria.

Bố cứ trêu mẹ hoài:

- Em đi chùa mà lại cầu Đức Mẹ Đồng Trinh, thượng đế nào chứng giám đây?

Mẹ tỉnh bơ đáp:

- Em cầu lung tung, khấn đủ mọi "người" thế nào cũng... được việc. Nếu ông Địa thương thì chuyện sẽ trót lọt, bằng không đã có Phật Bà che chở. Nếu Phật Bà quên em thì còn có Đức Mẹ

Maria phù hộ.

Bố vò đầu, bứt tai la lên:

- Như vậy là em đa thần rồi. Em coi chừng, bắt cá hai tay, chẳng được con nào đâu.

Mẹ biết bố có lý, những lời khấn vái kia thật ra chẳng có giá trị gì nhiều. Nếu có, chỉ để an ủi tinh thần mẹ khỏi xốn xang lo lắng. Như mới hôm qua, mẹ nhận được thư từ Việt Nam, họ hàng cho hay dì Thảo, cô em út của mẹ, đã vượt biên trước đó vài ngày. Mẹ tính nhẩm trong đầu: "Thư nhà qua đây mất ba tuần bốn ngày, vậy là con Thảo đi cũng gần một tháng rồi. Nếu nó tới đất liền hay được tàu vớt ngoài khơi, nó đã biên thư cho mình rồi... Tại sao tới bây giờ vẫn chưa thấy tăm hơi?" Nghĩ vậy nên mẹ ủ rũ như con mèo ướt. Buổi chiều mẹ không nấu cơm, cho cả nhà ăn mì gói. Bốn bố con biết mẹ có chuyện lo nghĩ, nhưng chưa tiện hỏi. Cún 1 ngồi nhìn tô mì, ngao ngán. Cún 2 lấy đũa khều khều những sợi mì đã bắt đầu nở to, cho vào miệng nhai uể oải. Kiki chỉ húp nước, sớt cả phần mì của mình cho bố rồi nói khẽ:

- Ăn mì gói nhiều, mặt nổi mụn.

Cún 2 thều thào tán đồng:

- Ừ, mụn cám, mụn bọc, mụn mủ, mụn trứng cá, mụn có cùi đầu đen đuôi trắng... ghê thấy mồ!

Bố đang ăn, phì cười làm nước lèo văng tứ tán:

- Trời đất, Cún 2 học ở đâu mà biết nhiều thứ mụn vậy?

Cún 2 cười ngượng:

- Con đọc báo thấy mấy tiệm sửa sắc đẹp quảng cáo vậy đó.

Cún 1 trêu:

- Lớn lên cho Cún làm bác sĩ mụn.

Cún 2 đính chính:

- Không, em sẽ cố học để sau này thành bác sĩ... chó.

Mẹ phải bật cười, sửa sai:

- Ai lại nói bác sĩ chó, mà phải kêu là bác sĩ thú y mới oai.

Cún 2 cãi:

- Nhưng con chỉ thích chữa cho bệnh nhân... chó thôi.

Kiki bàn vào:

- Ừ, thì Cún 2 gắn bảng trước phòng mạch mình là bác sĩ thú y chuyên môn chữa bệnh cho chó.

Cún 2 buông đũa xống, ưỡn ngực ra, mặt vênh váo, cứ làm như đã thành bác sĩ chó rồi không bằng. Mẹ giục:

- Ăn đi, không thôi mì nở ra... đầy tô bây giờ.

Bố chọc quê mẹ, cất giọng mỉa mai:

- Mì gói phải ăn thật nhanh mới được, vừa ăn vừa trò chuyện lâu lắc, mì lại nở đầy tô, ăn không bao giờ hết cả!!!

Lũ con cười ồ, có đứa còn vỗ tay tán thưởng. Mẹ nguýt:

- Chỉ tưởng tượng.

Thấy bầu không khí đã bắt đầu thoải mái, không còn nặng nề như lúc mới ngồi vào bàn ăn, Cún 1 thú thật:

- Con ghét ăn mì gói.

Kiki và Cún 2 chỉ chờ có thế, đồng loạt nhao nhao lên:

- Ăn mì gói, đầu óc sẽ mê muội, học đầu quên đuôi.

- Ăn mì gói nhiều sẽ lùn tịt, không lớn nổi.

Bố lên tiếng nạt:

- Thôi, các con đừng nói nữa.

Rồi quay sang mẹ:

- Mẹ các con chắc có chuyện gì lo nghĩ nên không còn hứng thú trong chuyện nấu nướng. Có gì mẹ cứ nói, sao lại... đình công bừa bãi thế này.

Mẹ nghe bố nói trúng tim đen, ngồi im như pho tượng. Rồi mẹ kể chuyện nhận được thư nhà báo tin dì Thảo vượt biên gần bốn tuần lễ rồi mà sao vẫn chưa nghe tin tức gì. Mẹ lo quá, đọc báo thấy lũ hải tặc hoành hành trên biển Đông; những chuyện kinh hoàng ở đảo Kra, rồi tin tức thống kê cho biết, chỉ có chừng một nửa số người vượt biên tìm tới đất liền được mà thôi. Và mẹ vái ông Địa, hứa sẽ cúng một nải chuối, nếu dì Thảo vượt biên bình an vô sự. Cho chắc ăn hơn, mẹ khấn luôn cả Phật Bà Quan Âm, hứa sẽ đi chùa tạ ơn, cúng bái hoa quả, và ăn chay một tuần lễ. Cuối cùng mẹ nhớ tới Đức Mẹ Maria, mẹ cầu luôn Đức Mẹ. Cũng may, có lẽ vì bối rối nên mẹ không nhớ tới đấng Allah của đạo Hồi, quên cả các giáo chủ đạo Bà-hai, đạo Cao Đài, ... Hoặc có lẽ mẹ nhớ, nhưng không rõ "chúa trùm" của họ là ai nên không biết phải khấn vái như thế nào cho phải. Gì chứ chuyện mê tín, mẹ giỏi số một, cả nhà đều biết, cả.. cộng đồng tị nạn tại hải ngoại đều hay.

Nghe mẹ kể xong, cả nhà đều thông cảm mối lo âu của mẹ. Bố an ủi:

- Chắc không sao đâu. Biết đâu chừng dì Thảo đã làm lạc mất địa chỉ nhà mình bên này nên chưa biên thư cho hay được.

- Gì chứ chuyện đó chắc khó xảy ra. Em biết tính Thảo, nó tỉ mỉ và giữ gìn kỹ lưỡng nhất nhà.

- Nhiều khi muốn giữ mà giữ cũng không được. Ngoài ra khi tới đất liền, cũng cần một khoảng thời gian để ổn định đời sống, lúc đó mới có thì giờ nghĩ tới chuyện viết thư... Có khi dì ấy đã biên rồi mà chưa tới.

- Trời ơi, em nóng lòng như ngồi trên lửa bỏng vậy.

Ba đứa con ngồi nghe bố mẹ bàn ra tán vào, cuối cùng vẫn không biết rõ số phận dì Thảo hiện giờ ra sao. Cái tên dì Thảo đến với chúng thật bất ngờ và khó quên. Quên làm sao được cái hôm cả nhà phải ăn mì gói này...

Cả ba đứa đều chưa thấy hoặc không còn nhớ mặt mũi dì Thảo. Chúng chỉ biết là bố mẹ còn một lô anh chị em ở Việt Nam. Nơi đất khách mẹ chỉ có mỗi dì Hương là người thân. Dì là chị của mẹ và dì Thảo. Thỉnh thoảng Kiki vẫn nghe mẹ nói:

- Kiki có khuôn mặt hao hao giống dì Thảo.

Thành ra hôm nay, nghe mẹ kể chuyện dì Thảo vượt biên, Kiki không khỏi tò mò, lên tiếng hỏi:

- Dì Thảo ra làm sao hở mẹ?

- Làm sao là làm sao?

- Có đẹp không?

Mẹ không biết phải trả lời sao, đành dùng câu nói thông dụng để diễn tả một nhan sắc khó định nghĩa:

- "Xấu hay đẹp tuỳ người đối diện" con ạ! Bao giờ gặp, con sẽ thấy chứ mẹ cũng không biết phải tả như thế nào.

Cún 2 nghe mẹ nói, cắn móng tay nghĩ thầm: "Mẹ nói như vậy, có nghĩa là dì Thảo xấu như ma lem rồi. Bố vẫn thường lớn tiếng phê bình mỗi khi đọc trang Kết Bạn Thư Tín, cô nào tự khen mình đẹp có nghĩa là coi tàm tạm được. Ai biên 'đẹp hay xấu tùy người đối diện' là chắc chắn xấu như ma. Còn người nào than thở 'em là con gái trời bắt xấu' thì chắc... xấu thiệt". Ở trong nhà, bố là "thần tượng" của Cún 2. Những gì bố phán đều trúng phong phóc, chỉ khi nào xui xẻo bố mới tuyên bố... xém trúng thôi. Vì vậy những điều bố phát biểu, Cún 2 để ý và thuộc nằm lòng. Chuyện gì bố còn có thể nói sai, chứ chuyện dính dáng tới đàn bà con gái, bố tài hạng nhất. Đôi lúc mẹ vẫn gọi bố là "chàng *playboy*" già kia mà. Cún 2 không hiểu rõ mẹ muốn ám chỉ gì, nhưng chắc chắn điều đó có dính líu tới đàn bà. Và theo kinh nghiệm sẵn có, dù ít ỏi, Cún 2 biết, chuyện gì liên hệ tới đàn bà là có rắc rối...

Suy nghĩ kỹ càng, tính trước tính sau, uốn lưỡi bảy lần xong xuôi Cún 2 mới lên tiếng:

- Vậy là dì Thảo xấu như ma rồi!

Cả nhà chưng hửng nhìn Cún 2. Mẹ trợn mắt lên:

- Ủa, con thấy dì Thảo bao giờ mà nói như vậy?

Cún 2 từ từ kể những suy nghĩ của mình cho cả nhà nghe. Phải cần gần mười lăm phút Cún 2 mới trút bỏ được khối "tâm sự lòng thòng" và mới có thể nêu hết những lý do biện minh cho ý kiến mình. Nghe xong, mẹ thở dài nhìn bố:

- Tại mình hết, nói bá láp làm con tưởng thật...

Bố cười ha hả:

- Ai kêu em xài câu "kết bạn thư tín" ấy để diễn tả diện mạo của dì Thảo làm chi, khiến Cún 2 phải suy nghĩ và đi tới kết luận... kinh hoàng đó.

Rồi bố xoay qua xoa đầu Cún 2, khen:

- Con nhớ dai và suy luận giỏi lắm, rất chính xác.

Mẹ thêm vào:

- Nhưng không đúng cho trường hợp của dì Thảo.

Bố khoát tay:

- Thôi, bao giờ dì ấy qua hẵng hay, bây giờ bố vẫn còn kiến cắn bụng đây.

Ba đứa con chỉ chờ có thế, lao xao lên tiếng:

- Con chỉ mới húp nước súp cầm hơi.

- Con nuốt không vô nữa rồi.

- Con chỉ mới ăn vài cọng mì mà nó đã nở ra đầy cả tô rồi.

Bố đứng dậy:

- Mình đi ăn tiệm vậy.

Ba đứa con nghe bố nói, đồng loạt đứng lên ào ào vỗ tay khen thưởng bố. Bố tiếp lời, giọng trịnh trọng như tổng thống đọc diễn văn ngỏ cùng toàn thể quốc dân đồng bào:

- Hôm nay bốn bố con mình đi ăn ở McDonald's.

Lại thêm một tràng pháo tay nữa nổi lên. Ba đứa con ăn cơm Việt Nam mẹ nấu đã nhiều, lâu lâu được đi ăn tiệm, lại không phải là tiệm Tàu, tiệm ta mà là tiệm Mỹ đổi khẩu vị, không khoái sao được.

Cả bọn ồn ào xô ghế, đẩy bàn chạy tán loạn vào phòng thay quần áo, bàn tán xôn xao:

- Em ăn một cái Big Mac, uống coca.

- Chị thích Cheeseburger, uống sữa dâu tây.

- Anh sẽ ăn ba phần khoai chiên, nhân tiện ăn chay cầu trời cho dì Thảo tới được đất liền bình yên.

Lúc bố và ba đứa con quần áo sẵn sàng, leo lên xe nai nịt đàng hoàng, vừa định rồ máy thì từ trong nhà mẹ chạy ra, giọng hớt hải:

- Mình ơi, cho em theo với.

Bố nháy mắt nhìn Cún 2, ý nói: "Thấy chưa, đàn bà lắm chuyện thế đấy!" Cún 2 nháy mắt trả lại, thông cảm bố hoàn toàn và tuyệt đối.

Ngày hôm sau, trong bữa cơm tối cả nhà ngạc nhiên biết bao khi thấy mẹ bày biện ê hề trên bàn ăn. Lý do tại sao, cả nhà không ai hỏi ai, tất cả đều hiểu. Chưa hỏi thì mẹ đã kể:

- Sáng nay em có nhận thư của dì Thảo gởi từ Phi Luật Tân.

Và hai mắt mẹ long lanh ngấn lệ:

- Dì đã tới nơi bình yên vô sự...

Bốn bố con ngồi vào bàn, thở phào nhẹ nhõm. Bố dặn lòng, nhớ nhắc mẹ cúng ông Địa một nải chuối, cuối tuần chở mẹ lên chùa lễ Phật, sau đó tạt ngang nhà thờ để mẹ vào tạ ơn Đức mẹ, không thôi tội chết!

(1986)

ĐẢNG HÚI CUA

Mẹ vẫn thường nói, bố là một thể tháo gia thụ động! Thật vậy, đã hơn mười năm nay, bố từ giã vận động trường, không còn ra sân chơi đá banh vào mỗi cuối tuần với bạn bè, chỉ ở nhà coi các chương trình thể thao chiếu trên vô tuyến truyền hình.

Tính yêu chuộng thể thao của bố cao tới mức độ đáng ngại. Có nhiều đêm, bố háo hức canh đồng hồ reo để giữa khuya thức dậy coi chương trình trực tiếp truyền hình trận đấu quần vợt giữa hai cao thủ cổ điển: Ivan Lendl và John McEnroe, mà bố gọi là "thằng Lân-đờn" và "thằng Quạu" một cách thân mật. Mẹ thì không ưa cả hai. Thằng Lân-đờn coi bộ lúc nào cũng ham ăn thua, mặt sưng mày sỉa, không hé nổi một nụ cười ruồi cho không khí bớt căng, thấy ghét! Còn thằng Quạu thì hay nổi nóng bất tử, chửi trọng tài, mắng giám biên như tát nước vào mặt, đồ hỗn ẩu! Vậy mà bố lại bênh thằng Quạu chằm chặp. Bố nói:

- Tuy nó nóng tính, nhưng nó có cú vô-lây xì-tốp ngoạn mục, và lối uýnh của nó coi không chán, sau khi giao banh, nhào lên lưới ngay. Không như mấy "ông nội" Lân-đờn hay Wilander, cứ uýnh qua uýnh lại hoài, chán gì đâu!

Đó là nói về mấy tay vợt nam, mà mới đây bố còn "chịu" thêm thằng Agassi (còn tay Boris Becker thì bố chê, bảo: "Thằng này uýnh không đều tay, lúc hứng thì hay dữ, bằng không thì dở ẹt!") Còn các tay vợt nữ thì bố "mê" Gabriela Sabatini, mà bố gọi là "con Tì-ni". Mỗi lần coi nó ăn thua đủ với Steffi Graf (con nhỏ có cái mũi xấu ình), là cặp mắt bố ướt rượt ngó con Tì-ni chạy lăng quăng trên sân, tóc và váy ngắn tung bay phất phới, trông thật... lãng mạn. Không, bố của Cún 1, Kiki và Cún 2 không có "70 chia 2 đâu!" Bố chỉ thích khuôn mặt ưa nhìn của con Tì-ni thôi. Đâu ai như con Graf, mặt mày gì mà chỉ thấy có mỗi cái sống mũi dài thòn (chỉ được cặp chân đẹp), hay như con Navratilova có hai bắp đùi mà lúc ống kính lấy cận ảnh, thấy gân máu nổi chằng chịt giống như... chân ngựa! Ghê quá! Mà "con Lo-ra" còn biết cười, chớ con Graf thì không khi nào cười trên sân quần vợt, thấy bắt nản.

Thật ra, mẹ cũng khổ sở ghê lắm với sở thích này của bố, vì mẹ thường bị xem các chương trình thể thao một cách bất đắc dĩ. Mẹ chỉ khoái coi phim tình cảm, các *show* nhạc có vũ công mặc y trang rực rỡ hoặc phim tài liệu về các loài thú. Cún 1 và Cún 2 có ý thích giống như bố. Chỉ có Kiki là đồng minh của mẹ. Thành ra mỗi khi chơi trò dân chủ, giơ tay trưng cầu ý kiến để bật truyền hình, thì y như rằng, đảng kẹp tóc thua đậm với tỷ số 2:3, nếu tính theo phần trăm, là 40:60.

Đã vậy, sau khi coi xong, ba bố con còn bàn loạn cào cào nữa chứ. Chẳng hạn như trong mùa thế vận hội tại Hán thành, sau bộ môn chạy đua một trăm thước nữ, Cún vỗ tay hét rần trời:

- Bố ơi, "con da đen" về nhất, một "con da đen" khác về nhì, hạng ba là một "con Đức cộng"...

Cún 1 bịt miệng em lại:

- La vừa vừa thôi... Mà Cún hỗn, không nên kêu người ta là "con da đen", mà phải gọi là "cô da màu", biết chưa?

Bố gật gù:

- Ừ, không nên gọi phụ nữ là con này, con kia, nghe chướng tai lắm. Đúng hơn nữa, con nên gọi là "cô Florence Griffith-Joyne", còn "cô Đức cộng" kia, thì con cũng nên gọi bằng tên cho lịch sự.

Kiki ngồi xớ rớ gần đó, cũng xen vào:

- Xí, "Đức cống" với lại "Đức cộng", cũng gần như nhau.

Cún 2 nghệt mặt hỏi:

- Sao lại gần như nhau, hai nước láng giềng à?

Cún 1 ví von:

- Ừ, gần xịt, như răng với môi.

Bố nghĩ thầm, "mà môi Đức-cống cứ hở hoài nên răng Đức-cộng bốn mùa bị gió luồn lạnh ngắt", nhưng không nói ra, vì biết các con không hiểu.

Bố xua tay:

- Con nít bày đặt nói chuyện chính trị.

Kiki cười tủm tỉm:

- Con còn biết "đố chính trị" nữa đó bố!

Bố trợn mắt lên:

- Ghê quá vậy con. Đâu, đố thử nghe coi!
Kiki nghiêm mặt lại:

- Này nhá, mấy cô có chồng Tây bị người ta gọi là "me Tây", mấy cô có chồng Mỹ bị người ta trêu là "me Mỹ", vậy chứ mấy cô lấy bộ đội bị gọi là gì?

Cún 2 giơ tay lên, láu táu:

- Xời, dễ ợt! Là "me bộ đội" chớ còn me gì nữa.

Kiki đứng chống nạnh, người đong đưa, lắc đầu nguẩy nguậy:

- Trật lất.

Cún 1 suy nghĩ một chặp rồi hô lên:

- "Me Việt cộng".

Kiki nhếch môi cười mím chi cọp:

- Sai bét.

Bố biết thân phận, nên ngậm miệng, sợ trả lời sai sẽ bị cô con gái chấm cho một câu phũ phàng, xấu hổ còn hơn ngày xưa bị cô giáo quẹt cho một quả trứng vịt vào vở. Chỉ có Cún 1 và Cún 2, điếc không sợ súng, đoán vung vít, loạn xà ngầu lên, nhưng tất cả đều tầm bậy tầm bạ hết trơn.

Lát sau, thấy hành hạ phe húi cua bao nhiêu đó đã đủ, Kiki mới trịnh trọng lặp lại câu hỏi:

- Biết mấy cô lấy bộ đội bị gọi là gì không?

Im lặng.

- Là "me dốt"!!!

Im lặng thêm vài giây. Đột ngột, cả ba bố con thuộc đảng húi cua phá lên cười hinh hích, hăng hắc, sằng sặc, ha hả... Cười đã đời xong, Cún 2 vừa lau nước mắt vừa ngô nghê hỏi:

- Mà "me dốt" là cái gì vậy bố?

Bố ôm Cún 1 vào lòng, giơ tay lau hàng nước mắt... cá sấu lăn dài trên má của cậu con trai giỏi đóng kịch, đáp:

- "Me dốt" có hai nghĩa con ạ! Nghĩa đen là tên một loại trái chua ơi là chua, lúc gần chín thì được gọi là "dốt". Còn nghĩa bóng thì ám chỉ những người có chồng dốt nát, ngu ngốc... Hiểu chưa?

Mặc dù Cún 2 bây giờ đã nói và hiểu rành rẽ Việt ngữ lắm rồi, không còn cái thời cu cậu vừa nhai kẹo cao su lách chách vừa nhi nhô hung hăng: "Chiến sĩ Fulro, đầu cắm lông gà, cõi ngựa tấn công vào phi trường Tân Sơn Nhất, chiếm lại Sài gòn" nữa, nhưng "nghĩa bóng" với "nghĩa đen" thì Cún 2 chưa học, nên phụng phịu đáp:

- Sơ sơ thôi!

- Vậy sao con cười?

Cún 2 kề miệng sát tai bố:

- Con cười để nịnh đầm chị Kiki ấy mà, chớ câu đố lãng nhách à!

Bố phì cười, thầm nghĩ, thằng này mới bây lớn mà đã hào hoa thế kia, sau này chắc sẽ quỵ lụy vì phe kẹp tóc.

Vừa lúc đó, mẹ bước vào phòng khách. Cún 2 tụt xuống ghế, lon ton chạy đến bên mẹ, bi bô:

- Mẹ ơi, chị Kiki gọi dì Loan nhà mình là "me dốt" đấy mẹ!

Mẹ nắm tay Cún 2, giọng ngơ ngác:

- Tên gì mà kỳ cục vậc, tại sao lại me dốt với me chua ở đây?

Kiki gân cổ phân trần:

- Ai kêu dì Loan là "me dốt" hồi nào?

Cún 2 cũng không vừa, xon xỏn hỏi lại:

- Chớ không phải chị mới vừa nói, những ai lấy bộ đội là "me dốt" à?

- Ờ, ờ...

- Dì Loan nhà mình ở Sài gòn mới viết thư cho hay vừa lấy một ông bộ đội...

- Ờ, ờ...

- Vậy thì dì Loan là "me dốt" chớ đâu phải "me chua".

Kiki đáp yếu xìu:

- Ờ...

Cún 2 tống thêm một câu kết tàn nhẫn:

- Mà là "me dốt" thứ thiệt, không chối cãi.

Bố lắc đầu nhìn đám con nổi loạn như bầy ong vỡ tổ. Mẹ từ tốn kéo Kiki và Cún 2 qua một bên để tìm cách giải thích cho hai con hiểu về trường hợp bất khả kháng của dì Loan. Riêng bố và Cún 2, chủ tịch và phó chủ tịch đảng húi cua, vẫn điềm nhiên tiếp tục theo dõi chương trình truyền hình thể thao.

Người ta đang phỏng vấn cô lực sĩ da màu Florence Griffth-Joyne, hỏi cô ấy dành bao nhiêu thì giờ để tô mười móng tay màu mè sặc sỡ. Cô ta đáp, khoảng 20 phút thôi. Rồi cô xòe hai bàn tay ra... Cún 1 nghiêng đầu sang bố, hỏi khẽ:

- Bố thấy cô này ra sao?

Bố liếc cậu con cả, ánh mắt dò xét:

- Ra sao là sao?

- Là có đẹp không ấy?

Tự nhiên bố cảm thấy ngượng nghịu như trai mới lớn:

- Ừ... thì... cũng đẹp.

Cún 1 kể lể:

- Con thấy cô ta cười có duyên quá... chời!

Bố không biết nói gì, chẳng lẽ nhận Cún 1 làm người... đồng điệu, chỉ ậm ừ thốt:

- Ừ, có duyên.

Cún 1 chợt xoay qua đề tài khác:

- Mà sao con thấy tội nghiệp thằng... da màu Ben Johnson quá bố à.

Về trường hợp này thì bố có lập trường dứt khoát:

- Ai kêu chích thuốc làm chi!

- Biết đâu chừng ổng bị người ta chích thuốc *Stereoid* mà không biết!

Bố sửa:

- Thuốc chứa chất gọi chung là *Steroid*, chớ không có *Stereo-id* hay *Mono-id* gì ở đây hết cậu ạ!

Cún 1 gãi đầu, kêu ư ử vì mấy cái tên thuốc kỳ quái. Bố kéo Cún 1 sát vào lòng, cất giọng nhắn nhủ:

- Cún này, có sức chơi thì có sức chịu. Đã nói tới vấn đề tranh tài thì phải biết chấp nhận chuyện thắng thua. Mình tội nghiệp cho ông Ben Johnson vì ông ta là người có tiếng, được đa số biết đến. Còn bao nhiêu kẻ vô danh khác đã thất bại trên đường đời, mà có ai biết để thương hại đâu...

Bố còn giảng "quốc văn giáo khoa" cho Cún 1 thêm một chặp nữa. Nào là "đừng ham trèo cao, sẽ té u đầu", cũng đừng "tôn ai làm thần tượng, khi biết được sự thật sẽ vỡ mộng, vì chẳng có người nào hoàn toàn cả"... Nhưng Cún 1 có nghe gì nữa đâu. Mắt cu cậu mơ màng dán vào khung ảnh vô tuyến, một tay cứ xoa lên bụng bố mãi. Cái bụng của bố, hừm, sao càng ngày càng to ra thế này! Có khi nào đàn ông mang bầu đâu? Cún 1 thắc mắc, và nhớ lại mấy lời trêu ghẹo của mẹ mỗi lần thấy bố cởi áo, sửa soạn ra sân cắt cỏ: "Em thấy thùng nước lèo của mình càng ngày càng to ra", hay "khiếp, bố tụi mày đeo ba-lô ngược mà không biết ngượng." Những lần đó, bố vội vàng thót bụng lại, ngượng ngùng cười hì hì.

Đợi cho bố vừa ngưng giọng ê a giảng "công dân giáo dục", Cún 1 nói ngay:

- Bụng bố bự quá hà!

Cún 1 cảm thấy rõ ràng bố vừa thót bụng lại.

Bố thở dài nhè nhẹ:

- Ờ... thì bố là thể tháo gia thụ động mà.

Cún 1 chẳng hiểu gì cả, thể tháo gia thụ động có dính líu gì tới cái bụng chang bang như mang bầu của bố? Nhưng Cún 1 biết tính bố, nếu hỏi tiếp, Cún sẽ nghe thêm những câu trả lời rất trừu tượng, nên Cún vuốt vuốt cái bụng bố vừa phình lên lại, và cất giọng thật thà:

- Nhưng mà con thích bố có bụng lớn như vầy, coi ngộ hết sức vậy đó!

(1989)

NGÔ NGUYÊN DŨNG 71

QUYỂN SỔ NỢ

Bố có một quyển sổ cất trong ngăn kéo bàn viết khoá kỹ. Cún 1, Kiki và Cún 2 gọi đó là "sổ nợ đời". Đáng lẽ phải gọi là "sổ nợ đòn" mới đúng. Thật vậy, mỗi lần các con cứng đầu khó dạy, mà chưa muốn dùng biện pháp mạnh, bố nghiêm mặt hỏi:

- Con thấy tội của con lần này đáng lãnh mấy roi?

Dĩ nhiên là bố sẽ nhận được câu trả lời:

- Dạ, một roi thôi ạ!

Bố sẽ "hừm" một tiếng, rồi nói:

- Một roi sao được? Ít nhất là hai, nếu không muốn nói là ba hay bốn.

Tiếp theo bố sẽ nhận được lời năn nỉ của "tội nhân":

- Bố tha cho con lần này, con chừa. Từ rày sắp tới, con hứa sẽ không làm như vậy nữa.

Câu nói này bố nghe không biết bao nhiêu lần rồi, vậy mà các con thương yêu của bố cứ ca đi ca lại cái điệp khúc nhàm chán ấy mãi. "Điệp khúc" và "hình phạt" lúc nào cũng giống nhau, chỉ có nguyên nhân phạm tội khác nhau mà thôi. Chẳng hạn như Cún 1 không chịu làm bài ở nhà, tối ngày chỉ mê đọc truyện bằng tranh về mấy quái nhân dị tướng hay ma quỷ chằn tinh. Còn Kiki thì lì bướng, xí xọn ưa cãi. Thằng út Cún 2 thì hay phá phách đồ dùng của anh chị, thỉnh thoảng lại chụp mũ Cún 1 "ác như Việt cộng", gọi Kiki là "bà chằn xứ Huê kỳ" hay "dữ như Đắc Kỷ... ho gà".

Đôi khi cảnh thanh bình trong gia đình bố còn bị vài cuộc nội chiến quấy nhiễu.

Tính Kiki rất ngăn nắp. Phòng riêng của Kiki được thu dọn gọn ghẽ như căn phòng búp bê. Màn che cửa sổ, khăn trải giường màu hồng. Trên giá sách, nằm chen gáy nhau những cuốn truyện tranh gia đình chuột Mickey, vịt Donald, cậu bé bay

Peter Pan... Đó là những kỷ niệm ấu thơ của Kiki. Bây giờ Kiki hết đọc loại truyện đó rồi, mà quay sang mê mẩn loại sách hồng, sách tím viết về tình bạn, tình qia đình, tình yêu quê hương xứ sở. Trên một kệ gỗ khác, Kiki bày những con thú nhồi bông, những con búp bê đủ màu da, chiến lợi phẩm của ngần ấy mùa sinh nhật và sau những lần đi chơi chợ phiên. Nhưng gia tài sự sản của Kiki không phải chỉ chừng ấy thôi đâu! Kiki còn có một quyển lưu bút giữ rất bí mật, vậy mà đã có lần bị bàn tay thô bạo của Cún 2 bật mí mất rồi. Và một quyển nhật ký. Quyển sổ con có ổ khoá này mới thật là bí mật sau cùng của Kiki, được cất trong một cái hộp gỗ khoá lại đàng hoàng. Chưa hết đâu, Kiki còn bắt chước bố, giấu nó trong tận cùng ngăn kéo bàn học, khoá kín.

Nhưng đối với Cún 2, chẳng có sự bí mật nào tồn tại lâu dài cả. Càng giấu giếm kỹ lưỡng, Cún 2 càng nổi máu tò tò. Nhất là từ khi được mẹ và anh, chị kèm dạy Việt ngữ, Cún 2 càng nô nức hơn nữa. Nhưng ba cái ổ khoá quái ác đã ngăn bàn tay lăng xăng của Cún lại, và ba chiếc chìa khoá được Kiki giấu ở đâu, Cún 2 mù tịt.

Cún 2 vẽ vời trong đầu óc tưởng tượng phong phú, "bà chằn Kiki" phải có tâm sự gì ghê gớm

lắm, mới giấu giếm cẩn thận như vậy. Cún 2 nghĩ
thầm, như mèo giấu kít, đúng là mèo giấu kít, chứ
còn gì nữa? Cún còn nghĩ ngợi lông bông, không
biết chị Kiki có giống như mụ chằn trong chuyện
cổ tích hay bắt con nít hồng hào bụ bẫm, đem về
giấu trong nhà để ăn thịt dần không? Nếu đúng
vậy thì tính mạng Cún 2 khó mà an toàn, vì Cún 2
cũng hồng hào, thông minh và bụ bẫm, dễ thương
như ai... Không, nghĩ kỹ lại, chị Kiki không thể là
mụ chằn ăn thịt trẻ con được, vì bữa cơm nào Kiki
cũng ních một bụng no nê. Mỗi lần thấy bố và các
bác, các chú quây quần đánh tiết canh, Kiki lại
nhăn mặt, trề môi, ứa nước mắt khóc cho số phận
con vịt không may. Nhưng thịt vịt thì Kiki chiếu
cố rất tận tình. Không, Kiki chỉ là một con nhỏ
nhiều tình cảm, xí xọn, lâu lâu lại giở tính cà chớn
thế thôi.

Một cuối tuần nọ, Cún 1 đi với bố ra tiệm mướn
băng hình, đem về một cuộn phim ma. Như mọi
lần, xem xong, Cún 2 tò tò chạy theo Kiki năn nỉ
cho ngủ chung. Bao giờ cũng thế, ngoài mặt thì
Kiki giả vờ ngúng nguẩy từ chối, nhưng trong
bụng thích lắm, vì Kiki cũng sợ ma thấy mồ. Tuy
vậy Kiki vẫn hạch hỏi Cún 2, y như quản giáo
thẩm vấn tù cải tạo:

- Cún ngủ có ngáy không?

Cún 2 nghĩ thầm, con mẹ quản giáo này khờ khạo quá, đã ngủ rồi thì làm sao biết có ngáy hay không. Nhưng Cún 2 vẫn cứng cỏi đáp:

- Không, trăm phần trăm không.

- Cún ngủ có hay ôm, hay gác chân, hay lăn, hay nói mớ, hay nghiến răng, hay mắc đái không?

- Không, em ngủ yên như cái gối, ngoan như khúc gỗ vậy đó.

- Mà nè, nửa đêm nếu có mắc đái thì nhớ đi, đừng vì sợ ma rồi nín tới độ đái trong quần, làm hôi ướt giường chị, nghe không?

Cún úp bàn tay lên ngực trái:

- Dạ, em xin hứa.

- Mà tại sao Cún không xin anh Cún 1 cho ngủ chung?

- Ngủ chung với anh Cún 1, em ưa bị anh ấy đá lọt xuống giường quá hà.

Rồi hai chị em long trọng ngoéo tay nhau.

Kiki vào phòng, dọn dẹp chỗ nằm cho Cún 2 xong, chợt cảm thấy văn hứng về cuốn phim ma mới vừa xem tràn trề nổi dậy, nên bật đèn ngủ, nằm chờ cho Cún 2 thiếp đi, sẽ ngồi dậy ra bàn viết nhật ký. Tuy Cún 2 nhắm kín hai mắt, miệng giả bộ ngáy o o nho nhỏ, nhưng Kiki làm gì, Cún

2 đều hé mắt thấy hết. Này nhé, chìa khoá ngăn kéo được giấu trong bình hoa giấy, chìa khoá hộp gỗ được cất trong lưng con búp bê biết nói có cái phẹc-mơ-tuya kéo ra kéo vào để gắn cục pin, còn chìa khoá quyển nhật ký thì Kiki đeo tòn teng trên cổ. Biết được sự thật phũ phàng, Cún 2 thất vọng não nề, nhắm mắt ngủ một lèo tới sáng, còn cố ý... ngáy thật to cho bõ ghét.

Đoạn đường tìm vào sự nghiệp văn chương của Kiki gian nan khổ cực vậy, mà Cún 2 vẫn đi trọn, dễ như ăn cơm sườn. Số là, mỗi lần đi tắm, Kiki lại tháo sợi dây chuyền ra để trên bàn, nếu không chiếc chìa khoá sẽ bị hư rỉ mất. Lợi dụng thời cơ, Kiki vừa khoá cửa phòng tắm lại, Cún 2 vội vàng chạy qua phòng chị, xổ tung bình hoa, kéo phẹc-mơ-tuya trên lưng con búp bê ra, lính quýnh mở kho tàng tích trữ cuộc đời son trẻ của Kiki.

Cún 2 run run lật từng trang nhật ký màu hồng, vừa đánh vần vừa đọc:

"Hôm nay em ghét bố lắm. Buổi sáng bố và các bác, các chú đi mua hai con vịt. Em chưa kịp mừng, tưởng bố đem về nhà nuôi, đâu ngờ bố mùa về để cắt cổ làm thịt, đánh tiết canh. Em lén lén nhìn bố cứa cổ con vịt xinh đẹp mà ứa nước mắt thương hại. Em tưởng tượng, nếu như bây giờ có

một sinh vật nào khác to lớn, thông minh, mạnh mẽ hơn loài người, khoái ăn thịt và tiết canh người, thì số phận chúng em sẽ về đâu? Khi cơn thèm nổi dậy, họ sẽ thò bàn tay vĩ đại túm lấy vài người trên trái đất để cắt cổ lấy tiết, thì... trời ơi... rùng rợn quá. Nhưng may thay, cho tới bây giờ, vẫn chưa có chuyện gì xảy ra. Thế giới vẫn thanh bình, bố mẹ và chúng em vẫn ăn ngon ngủ kỹ. Nói gì thì nói, em phải công bằng thú nhận với lòng mình là món cháo vịt chấm nước mắm gừng ngon hết xẩy. Em là một người bình thường, thích ăn cháo vịt. Còn bố và các bác, các chú là ác quỷ Dracula thích uống máu vịt đánh tiết canh..."

Cún 2 nuốt nước miếng, lật qua trang khác:

"Em và con Cindy giận nhau đã hai hôm rồi. Nó ghen với em. Hôm qua đi học về, thằng Jimmy đứng nói chuyện với em cho tới khi xe bố nó đến đón mới thôi. Cindy ghen bậy. Jimmy chỉ hỏi chuyện em về mấy con trâu, vì nó nghe nói, ở Việt Nam có giống thú này nhiều lắm. Em kể thật cho Cindy nghe. Nó không tin, còn bảo em mê thằng Jimmy. Oh! my God... em mà mê thằng quỷ đó à? Em chưa thấy đứa nào xấu trai như nó. Tóc Jimmy hung đỏ, mặt mũi tay chân đầy tàn nhang..."

Đọc tới đó, Cún 2 nhún vai, lắc đầu, điệu bộ

rất là người lớn, miệng lẩm bẩm:

- Đúng là đồ... đàn bà, con gái, hễ chút là giận.

Bỗng một giọng nói quen thuộc vang lên sau lưng:

- Cún 2 làm cái gì ở đó vậy hả?

Cún 2 giật thót người, quay lại... Má ơi, "bà chằn xứ Huê Kỳ", "con mẹ Đắc Kỷ ho gà" đang đứng chống nạnh ở cửa ra vào, tóc tai ướt nhẹp, hai mắt nhìn Cún, toé lửa. Biết không còn đường nào chối cãi nữa, Cún 2 đành giơ hay tay lên đầu hàng. Tay cao bồi Tếch-xịt bị mụ chằn xỉa xói, mắng nhiếc hết lời, rồi nước mắt nước mũi ràn rụa.

Thế là chiều đó, sau khi xử án vụ Cún 2 xâm phạm trắng trợn vào đời tư của Kiki, bố cẩn thận ghi vào quyển sợ nợ đòn hàng chữ:

"Ngày... tháng... năm...

Cún 2 phạm tội đọc lén nhật ký của Kiki, bị phạt hai roi, còn nợ chưa trả."

(1989)

CHUYỆN CON MÉO-MEO

Nhà bố mẹ, Cún 1, Kiki và Cún 2 có nuôi một con mèo nhị thể đen trắng.

Một tối nọ, Kiki vừa phụ mẹ dọn dẹp bàn ăn xong, bước lên nhà trên thì nghe có tiếng sột soạt ở cửa hông. Kiki dừng lại lắng tai nghe ngóng thì nghe thêm tiếng "meo... meo" nho nhỏ vọng vào. Kiki hét lên:

- Mẹ ơi, bố ơi, mèo gọi cửa nhà mình!

Mẹ từ nhà bếp chạy lên. Bố cùng Cún 1, Cún 2 từ phòng khách kéo ra theo. Kiki mở tung cửa, ôm con thú lên ve vuốt. Mẹ xua tay:

- Bỏ xuống ngay! Biết nó có bệnh hoạn gì không mà ôm trong lòng vậy hả Kiki?

Kiki nũng nịu:

- Tội nghiệp nó quá à! Nó dễ thương quá à!

Cún 1 khoanh tay ngó, tỉnh bơ nói:

- Mèo hoang vào nhà, không tốt đâu!

Kiki và Cún 2 chu miệng ra chất vấn:

- Ai nói thế?

- Mèo vào nhà nào, nhà đó trúng số.

Cún 1 nhún vai:

- Trúng cái con khỉ mốc. Mèo hoang chết chủ, nên tìm chủ mới.

Kiki buông con mèo xuống đất một cái "bịch", rên khẽ:

- Ý ẹ, ghê quá vậy. Thật không anh Cún?

Bố thấy cần phải xen vào câu chuyện của các con đã bắt đầu tới hồi nhảm nhí:

- Không có xui xẻo, không có trúng số, trúng gió gì hết! Mèo ở đâu không biết, nó đói bụng, nó lạnh lẽo nên cào cửa nhà mình. Bây giờ mình có nuôi không hay là bỏ nó ra đường trở lại?

Cún 1 và Cún 2 đồng thanh hô to:

- Nuôi!

Kiki vẫn xoắn môi than thở:

- "Tụi" nghiệp nó quá à! Nhận nó làm con nuôi

đi bố mẹ ơi!

Thế là con mèo được mang vô nhà tắm rửa, chải lông, cho uống sữa. Ngày hôm sau, mẹ ôm nó tới bác sĩ thú y để chích ngừa. Kiki đi học về, có nhiệm vụ tạt ngang siêu thị mua vài bịch thức

ăn cho mèo. Sau giờ làm việc, bố ghé tiệm mua một bao lớn sỏi vụn đổ vào thau nhựa làm chỗ vệ sinh cho mèo.

Buổi chiều, Cún 2 giỡn với con mèo một chặp, chợt hốt hoảng chạy vào bếp nói với mẹ:

- Mẹ ơi, xui xẻo quá...

Mẹ ngừng tay xắt thịt, nhìn Cún 2, ánh mắt dọ hỏi. Giọng Cún 2 vẫn còn thảng thốt:

- Con mèo này là... con gái mẹ à!

Mẹ phì cười:

- Người ta gọi là mèo cái chớ không ai kêu mèo con gái bao giờ! Mà tại sao con lại cho là xui xẻo?

- Mèo cái ở dơ lắm, lại... nhí nhảnh nữa!

- Ơ... sao con biết?

- Thì hồi xưa tụi con đòi nuôi mèo, nuôi chó, mẹ chẳng viện cớ là mèo đực, chó đực thì hung dữ, ưa cào, ưa cắn; còn mèo cái, chó cái thì dơ dáy bẩn thỉu, không nên nuôi là gì!

Mẹ cười xoà:

- Hồi xưa mẹ nói vậy, nhưng bây giờ, không lẽ mèo tới nhà mình, mình đuổi nó đi? Tội lắm con ạ!

- Mà con không thích mèo cái đâu, nó xí xọn quá hà!

- Mèo đực hay mèo cái gì cũng xí xọn, ưa làm điệu hết con à! Chúng thích liếm lông cho mướt, hay nhõng nhẽo đòi ẵm, đòi giỡn, đòi mơn trớn.

- Mèo nhiều chuyện quá...

Và Cún 2 mang nỗi ấm ức ấy vào bàn cơm tối, thố lộ cho cả nhà cùng nghe. Sau đó mọi người xúm lại bàn chuyện đặt tên cho con mèo mới nhập gia. Cún 1 nhanh nhảu giơ tay:

- Con đề nghị mình đặt cho nó tên Batman.

Kiki "xời" một tiếng dài thậm thượt:

- Nó là con gái chớ đâu phải con trai đâu mà *"man"*.

- Thì Batgirl.

- Mà nó là mèo chớ có phải dơi đâu mà đặt tên gì kỳ cục vậy.

Cún 1 ngẩn tò te, chỉ vì cu cậu đang mê thích nhân vật Batman quá nên nói ẩu, bị Kiki sửa lưng. Cún 2 vội vã nuốt miếng cơm, rồi láu táu đề nghị:

- Hay mình đặt cho nó cái tên Pusycat đi!

Kiki lại chê:

- Mỹ quá, không nên, sợ nó mất gốc!

Cả nhà đều cười. Mẹ nhỏ nhẹ nói:

- Mình có biết gốc nó ở đâu mà lo với sợ... Thôi, bây giờ như vầy nghe! Mẹ hỏi các con, giống mèo nó kêu như thế nào?

Ba đứa nhỏ tròn miệng ra bắt chước tiếng mèo kêu:

- Nheo... nheo.. eo.. eo!
- Ngao... nga..o..ao!
- M...eo... meo!

Chỉ có bố là lạc giọng:

- Méo... éo... m... èo!

Mẹ bật cười lớn, văng vài hạt cơm ra bàn. Mẹ phải vuốt ngực vài cái, mới khỏi bị sặc. Giả tiếng mèo kêu xong, bốn cặp mắt cùng hướng về chỗ mẹ ngồi, chờ nghe lời phê bình. Mẹ cố làm ra vẻ nghiêm trang:

- Giống lắm, bốn bố con kêu giống hệt như... mèo vậy đó! Nói chuyện với mèo được rồi. Vậy tại sao mình không chọn cho nó một cái tên thật là đơn giản như "méo meo" chẳng hạn, lựa tên phức tạp làm chi, vừa mệt vừa vô nghĩa!

Bố gật đầu liền vì cái tên mẹ chọn giống ngôn ngữ mèo của bố nhất. Cún 1 và Cún 2 cũng đồng ý nốt. Chỉ có Kiki còn hơi tưng tức trong bụng vì chưa được đề nghị tên. Nhưng nghĩ lại, được mẹ cho phép nuôi mèo trong nhà, đối với Kiki đã là điều hạnh phúc nhất rồi, không còn mơ ước nào đẹp hơn thế nữa.

Thắm thoát mà đã ba năm trôi qua. Con Méo-

meo đã quen nước, quen cái trong gia đình bố mẹ, bắt đầu đòi hỏi này nọ. Mỗi ngày phải cho nó ra đường chơi hai bận, sáng và chiều. Nó chỉ bò về nhà lúc đói bụng và để leo vào giỏ mây lót khăn lông ngủ khò. Méo-meo ngủ xấu lắm, ngáy o o như sáo thổi, đứng cách ba thước còn nghe. Méo-meo còn kén ăn nữa chứ! Nó chỉ ưa thức ăn khô có mùi cá, còn các loại có mùi gà, mùi bò, mùi heo thì nó chê. Bố nói đùa, con mèo này gốc Việt nam, vì thích mùi... nước mắm cá cơm.

Nhưng có một hôm, trời đã tối đen như mực, mẹ mở cửa hông, ló đầu ra ngoài thất thanh gọi "Méo-meo" bao nhiêu bận, vẫn không thấy bóng dáng con mèo đâu. Cả nhà xôn xao. Cún 1 giải thích lý do ra đi không hẹn ngày về của Méo-meo như sau:

- Nó lớn rồi, tới tuổi đi lấy chồng!

Bỗng dưng Kiki cảm thấy tự ái nữ nhi bị tổn thương, trợn mắt lên nhìn Cún 1, miệng cứng lại, không thốt nên lời. Cún 2 quay sang hỏi mẹ:

- Méo-meo hư quá, bỏ nhà đi theo trai hở mẹ?

Bố và mẹ cười lớn. Ki-ki tìm cách bênh vực cho phái nữ:

- Không phải nó đi theo trai đâu, nó bị "người ta" dụ dỗ đó!

Cún 2 thắc mắc:

- Ai dụ dỗ Méo-meo? Ở đây là xứ Mỹ, chớ đâu phải Việt nam, không có bộ đội nào bắt mèo, bắt chó làm thịt mà nói bị "người ta" dụ dỗ.

Cún 1 hích vai em, nhắc khẽ:

- Ki-ki bày đặt... văn chương ấy, ý nói là Méo-meo bị mèo con trai rủ rê làm đám cưới đó!

Cún 2 vênh mặt lên:

- Thấy không, con nói có sai đâu. Mèo con gái nhí nhảnh, xí xọn, cà chua, cà chớn, cà khịa, me dốt lắm mà chẳng ai tin con cả.

Cún 1 thêm vào:

- Méo-meo ba mươi lăm con dê xồm, làm nhà mình mất mặt với bà con quá!

Ki-ki muốn cãi giùm cho Méo-meo, nhưng không biết phải nói như thế nào, chỉ có thể "xí", "xời, nói vậy mà nghe được" theo mỗi câu châm chích của Cún 1 và Cún 2.

Bố cất giọng đùa cợt:

- Méo-meo đi theo tiếng gọi của ái tình, các con ạ!

Sáu con mắt trẻ thơ mở lớn lên. Mẹ dịch ra tiếng Mỹ bồi:

- *She goes to the voice of love!*

Rồi cảm thấy tức cười quá, mẹ bụm miệng khúc

khích, còn bố thì ngoác miệng cười ha hả. Ba đứa con chụn đầu lại, to nhỏ:

- *Wow, she falls in love with a catman!*

- Thì đã bảo là đi theo trai mà không chịu tin.

Cún 2 vẫn còn lải nhải:

- Đồ nhí nhảnh, xảnh xẹ, cà chua, cà-tô-mách, cà pháo, cà d... dê...

Chợt Cún 2 che miệng lại, lấm lét nhìn quanh vì vừa lỡ phát ngôn bậy bạ... Cũng may, không ai nghe cả! Trách mắng vậy chớ đêm hôm đó vào giường ngủ, Cún 2 nhớ Méo-meo thấu trời. Cún 2 ao ước được kề tai gần cái miệng nhỏ nhắn đỏ hồng của Méo-meo đang ngủ để nghe tiếng ngáy o o từng nhịp đều đặn. Cún 2 thèm được Méo-meo quấn quýt cạ vào chân đòi ve vuốt. Mỗi sáng, trước khi đi học, Cún 2 vẫn có thói quen đổ thức ăn vào dĩa cho Méo-meo, nhưng hôm đó, Cún 2 muốn rớt nước mắt khi thấy dĩa vẫn còn đầy thức ăn từ tối hôm qua. Chiều đi học về, Cún 2 lẩn thẩn lấy bốn cái dĩa con đặt chung quanh nhà, đổ vào thức ăn có mùi cá mà Méo-meo rất ưa thích, với niềm hy vọng mỏng manh sẽ lôi kéo được Méo-meo ra khỏi "vòng dây tình ái" lẩm cẩm. Cún 2 tự hứa, mình sẽ tha thứ cho Méo-meo, sẽ bỏ qua hết mọi lỗi lầm, không rầy la hỏi bao nhiêu roi rồi ghi sổ gì ráo trọi. Mình sẽ không bao giờ kêu Méo-meo là "đồ con gái nhí nhảnh" nữa, vì biết đâu chừng, Méo-meo đâu có muốn bỏ nhà đi bụi đời như vậy, mà nó bị mèo Mỹ đen, mèo Mễ, mèo Ý-tà-lồ bắt cóc đó thôi. Trời ơi, nghĩ tới đó, Cún 2 thấy thương cho số phận Méo-meo quá chừng, lọt vô đảng mèo Mafia thì làm sao sống nổi...

Ấy vậy mà bốn tuần sau, một sáng sớm, mở cửa đi học, Cún 2 thấy Méo-meo nằm dưới thềm nhà từ bao giờ. Cún 2 buông cặp xuống, réo to:

- Bố ơi, mẹ ơi, anh Cún, chị Kiki ơi, Méo-meo về nhà!

Cả nhà ùa ra đón Méo-meo hồi cư. Cún 2 vừa ôm chặt Méo-meo vào lòng, thì mẹ dịu dàng bảo:

- Coi chừng, nhẹ nhẹ thôi con, Méo-meo đang mang bầu em bé trong bụng.

(1989)

MẸ VỊT

Cả nhà chỉ có mình bố là người thích những "món ngon, vật lạ". Mẹ chiều bố, lâu lâu lại mua đùi ếch về chiên bơ, mua thỏ về nấu rượu vang, mua chim cút về rô-ti cho bố nhậu nhẹt với chú bác từ xa tới thăm. Cún 1 tỉnh bơ phê phán sở thích của bố như sau:

- Bố không biết là ếch nhái sắp tuyệt chủng hay sao mà lại mua về ăn?

Kiki phụng phịu nói:

- Tội nghiệp mấy con ếch lắm bố à. Con đọc sách thấy họ viết là, mỗi năm tới mùa sinh nở ếch mẹ lại trở về chốn cũ để đẻ trứng, rồi bị người ta rình bắt. Ấy là chưa kể tới những tai nạn gặp phải dọc đường, chẳng hạn như bị xe cán.

Bố cười hì hì:

- Thì thay vì bị xe cán, người ta bắt chúng lột da, cho đông lạnh, bán ngoài siêu thị để mẹ mua về chiên bơ cho bố nhậu, có phải hơn không?

Cún 2 gật gù:

- Có lý, có lý.

Kiki liếc em một cái bén ngót, tiếp tục kể lể:

- Vậy thì còn gì giống ếch nữa hở bố? Lớp chết vì bị xe cán, lớp bị người bắt ăn thịt. Không sớm thì muộn, chả còn con ếch nào trên trái đất này nữa.

Cún 2 hất mặt hỏi:

- Rồi sao?

Kiki "hứ" một tiếng:

- Cún 2 ngu như... ma vậy. Cóc ếch ăn ruồi, ăn muỗi là những giống côn trùng chẳng đem lại lợi ích gì cho loài người cả, mà còn truyền bệnh cho người, cho thú nữa. Mình phải biết giữ cho cóc ếch sống chứ.

Cún 1 chêm vào một câu lạc đề:

- Cóc còn biết gọi trời mưa nữa đó. Nó là cậu ông trời mà.

Cún 2 tròn mắt nghi ngờ:

- Vậy à?

Rồi buột miệng hỏi một câu ngớ ngẩn:

- Thì ra vợ ông trời là một con cóc cái sao?

Bố cười, giải thích:

- Đâu phải vậy. Chuyện cổ tích chỉ là những điều tưởng tượng, không có thật. Mà thôi, nếu ếch sắp tuyệt giống thì từ rày sắp tới, bố sẽ không ăn ếch nữa.

Hồi nào tới giờ, lời hứa của bố rất đáng tin cậy. Nhưng không ăn ếch thì bố ăn chim, ăn trứng rùa, ăn... đủ thứ hết. Cả ba đứa đều có cảm tưởng, bố ăn cái gì cũng thấy ngon miệng. Có một vài món rùng rợn mà bố rất thích, như món tiết canh vịt chẳng hạn. Ôi, mẹ yêu bố biết chừng nào, khi nghe bố ngỏ ý thèm tiết canh là cuối tuần đó, mẹ le te chạy ra chợ trời, mua về một con vịt sống. Trước khi cắt cổ, mẹ còn thầm thì một câu đạo đức giả: "Kiếp sau lên đầu thai làm người nghe mày!" Rồi mẹ ngồi xuống ghế con, hai chân đạp lên cặp giò con vật đáng thương, kẹp chặt đôi cánh vào nách, một tay giữ mỏ, tay kia nhổ một nhúm lông cổ cho da lộ ra. Xong, mẹ cầm dao bén giơ lên. Cảnh đổ máu bắt đầu. Cún 1 bụm miệng lại, ngăn tiếng "ui da". Kiki lấy tay che mặt, nhưng vẫn he hé nhìn cảnh hành quyết dã man qua kẽ ngón tay. Cún 2 bịt chặt hai lỗ tai để khỏi nghe tiếng vịt khóc "hức hức" trong cổ họng bị mẹ nhẫn tâm kẹp cứng. Cả ba nhăn mặt xuýt xoa nhìn theo lưỡi dao phủ thủ cứa lên lớp da cổ. Có lần mẹ lính quýnh sao đó, buông tay để con vịt thoát chạy lạng quạng trong nhà bếp, mỏ kêu "oác, oác", cổ ứa tiết nhểu đầy sàn nhà. Bữa đó chỉ có món cháo vịt, chứ không có món tiết canh dành riêng cho bố.

Nghĩ cũng tội nghiệp bố, vì khi ăn món tiết canh, bố phải giữ vài quy luật khắt khe do mẹ và các con đặt ra. Quy luật một: "Ăn không được khen... ngon." Quy luật hai: "Lúc nhai, không được hở môi để lộ hàm răng vấy máu giống... Dracula làm mẹ và các con sợ." Quy luật ba (được đặt ra sau khi xảy ra chuyện con vịt bị cứa cổ, nổi điên vùng chạy khắp nhà): "Khi nào muốn ăn tiết canh vịt, bố phải tự cắt tiết lấy."

Nhưng ác ôn, tàn nhẫn, vô nhân đạo nhất phải kể là chuyện bố ưa ăn hột vịt lộn. "Con người ta" mới vừa tượng hình đã bị bố kêu mẹ mua về bỏ vào mồi nước sôi để sau đó, bố lôi đầu từng con ra rắc muối tiêu, cho vào miệng nhai rau ráu, kèm theo vài cọng rau răm, một ngụm bia lạnh và một

tiếng "khà" khoái trá. Thủ phạm giết vịt bê-by
không gớm tay là bố, đồng loã là Cún 2. Tuy Cún
2 không ăn vịt con, vì sợ "kiếp sau đầu thai làm
con vịt mái", nhưng cu cậu rất thích ăn tròng đỏ.

Hai bố con, mười hột vịt, bố xơi mười con vịt đáng thương, thảy cho Cún 2 mười cái tròng đỏ. Còn mười cái mề trắng thì quăng cho con Méo-meo gặm. Tội của Cún 2 vì vậy cũng nặng lắm, vì tròng đỏ là máu tuỷ của... nhân dân vịt. Bị anh Cún 1 và chị Kiki mắng mỏ mãi, Cún 2 cảm thấy tội lỗi đầy người, mới tính chuyện chuộc lỗi bằng một hành động táo tợn.

Như mọi lần, thấy siêu thị bày bán hột vịt lộn tươi, mới từ trại chở tới là mẹ lựa mua mười quả, đem về cất trên tủ bếp. Cún 2 lén đem giấu riêng hai quả. Cuối tuần mẹ lấy trứng ra luộc cho bố nhậu với chú bác thì thấy thiếu hai quả. Mẹ chau mày thắc mắc, đổ ụp mọi nghi ngờ lên đầu con Méo-meo.

Sau đó trong bàn ăn, mẹ phàn nàn cùng bố và các con:

- Méo-meo tệ quá, ăn vụng mất hai cái hột vịt lộn.

Bố tròn mắt:

- Vậy à? Hồi nào tới giờ nó ngoan lắm mà.

Cún 1 giải thích:

- Nó lây tính du côn của đám mèo hoang đó bố.

Cún 2 nghe bố mẹ, anh chị bàn tán xôn xao,

chỉ biết cúi đầu lặng im, cặm cụi và cơm. Vài tuần sau, vào một buổi chiều có vạt nắng hanh len qua ô kính soi sáng căn hầm, có hai chú vịt con ra đời dưới sự chứng kiến của Cún 2. Trước đó, đoán biết sắp tới lúc vịt con mổ vỏ chui ra, ngày nào đi học về Cún 2 cũng quanh quẩn dưới hầm. Khi bắt được tiếng "chim chíp" yếu ớt từ hai quả trứng trong hộp giấy phát ra, Cún 2 thấp thỏm mở nắp hộp, xoe mắt chờ đợi. Tiếng "chíp chíp" thoạt đầu yếu ớt và rời rạc, càng lúc càng to dần, hoà cùng tiếng "lạch cạch" khi chiếc mỏ mềm đang tìm cách phá vỡ lớp vỏ dày. Cún 2 nằm bẹp ra đất, chống cằm nhìn hai quả trứng động đậy trên miếng vải lót. Cún bặm môi tiếp sức cho hai chú vịt sơ sinh. Khi thấy đường nứt đầu tiên hiện lên lớp vỏ trắng, Cún 2 khoái chí kêu lên:

- *Yeah*, rán lên!

Tiếng kêu làm Cún 1 và Kiki từ nhà trên rầm rập chạy xuống. Cún 2 khoát tay:

- Suyt, anh Cún, chị Kiki nằm xuống coi vịt bê-by ra đời.

Cún 1 trở vào hai quả trứng, ngoác miệng ra:

- Ô, hai quả trứng vịt lộn của bố.

Kiki há hốc miệng, giọng dài ra:

- Dê..ễ thư..ư..ơng quá a..à!

Rồi cả hai đồng loạt nằm xuống, vây quanh chiếc hộp giấy, im lặng chống cằm, mắt mở to chăm chú. Một mảnh trứng tí tẹo vỡ rơi xuống. Cả ba cùng lượt ngóc đầu, vỗ tay tán thưởng. Lỗ hổng rộng dần, để lộ một chiếc mỏ con màu vàng cam. Rồi một cái đầu vịt con, lông bện vào nhau ướt mềm, ngúc ngắc thò ra. Hai con mắt đen nhánh, chơm chớp ngó. Cả thân hình cố gắng nhoài ra lớp vỏ cứng cản trở, ngã chúi đầu xuống tấm vải lót. Kiki chắc lưỡi thương xót. Cún 2 la lên:

- Coi chừng té u đầu.

Chú vịt con không té u đầu, mà dài cổ nằm thõng ra nghỉ mệt. Cặp mắt lại hấp háy. Chiếc mỏ xinh xắn lại chíp chíp từng hồi. Một lát, lấy lại sức, chú ngỏng cổ, hai chân ngắn chõi dậy, đứng chựng lạng quạng như trẻ con tới tuổi tập đi.

Cún 1 thì thầm một câu chẳng ăn nhập vào đâu:

- Bố mà thấy hai em bé vịt chắc bố... thèm chảy nước miếng.

Kiki gật đầu:

- Phải giấu kỹ, không cho bố thấy.

Cún 2 đưa tay lên miệng, suy nghĩ một chặp rồi nói:

- Em là người... sinh ra hai em bé vịt, em có

quyền đặt tên cho chúng nó. Đứa chui ra trước là Vịt Cồ Lớn, đứa chui ra sau là Vịt Cồ Nhỏ.

Kiki thắc mắc:

- Hai đứa giống nhau y hệt, làm sao mà phân biệt?

Cún 2 thừ mặt ra ngẫm nghĩ:

- Ừ, hai đứa giống nhau như anh em sinh đôi...

Chợt Cún sáng mắt, láu táu nói:

- Em cột vô chân đứa lớn một sợi chỉ đỏ để phân biệt cho dễ.

Nói là làm, Cún 2 vội vã đứng dậy. Lạ lùng thay, Cún 2 vừa bước đi thì hai chú vịt con cũng hấp tấp chạy theo, té lăn cù ra đất, kêu la vang trời. Cún 2 quay lại, cúi xuống nâng chúng lên tay, vuốt ve bộ lông vàng óng như tơ:

- Ờ, ờ, anh đi lên lầu chút xíu, trở xuống liền.

Nhưng vừa bỏ chúng xuống, dợm chân đi là chúng lại rượt theo. Cún 1 thấy cảnh tượng khôi hài ấy, sực nhớ tới một cuốn phim nói về tính bẩm sinh của loài vịt đã xem trên tivi. Cún 1 hốt hoảng la lên:

- Thôi, chết rồi.

Cún 2 dừng chân lại, ngơ ngác hỏi:

- Hả, cái gì vậy anh Cún?

- Vịt con vừa chui khỏi vỏ, thấy cái gì cử động

đầu tiên liền nhận ngay đó là mẹ mình.

Cún 2 và Kiki đưa mắt nhìn nhau. Kiki giơ tay che miệng, ngăn tiếng kêu thảng thốt:

- *Oh, my god,* thì ra...

Cún 1 tiếp lời:

- ...Cún 2 là mẹ của hai em bé vịt.

Rồi Cún 1 và Kiki bật cười ngặt nghẽo. Cún 2 tẽn tò chạy biến lên lầu.

Kể từ cái biến cố dễ thương đó, Cún 2 trở thành... mẹ vịt bất đắc dĩ, có nhiệm vụ cho Vịt Cồ Lớn và Vịt Cồ Nhỏ ăn uống, chiều chiều lại dẫn chúng dạo chơi ngoài sân cỏ. Ngoài việc phải để ý dọn chuồng, chùi rửa mỗi khi chúng phẹt bừa bãi ra sàn nhà, Cún 2 thấy bổn phận làm mẹ cũng không có gì khó. Khó chăng là phải tập cho Méo-meo sống chung hoà thuận với vịt. Và nhất là phải đập tan... niềm khát vọng của bố mỗi khi ngắm hai con vịt càng ngày càng mập tròn ra. Vì vậy Cún 2 vẫn thường xuyên nhắc nhở bố:

- Bố nên nhớ bố là... ông ngoại của hai em bé vịt đó nhé!

Bố cười xoà, ôm Cún 2 vào lòng:

- Biết rồi, mẹ vịt ạ!

(1990)

NGÀY MẸ BỆNH

Mẹ bệnh đã hai hôm rồi. Bắt đầu là chứng đau cổ rồi nhức đầu và nóng sốt. Mẹ không chịu đi bác sĩ, chỉ vắt chanh làm nước uống. Sang ngày thứ ba, sáng thức dậy, chỉ thấy bố loay hoay sửa soạn bữa điểm tâm trong nhà bếp, Cún 1, Kiki và Cún 2 biết rằng mẹ lâm bệnh nặng. Hỏi thì bố chỉ nói:

- Mẹ bảo mệt lắm, dậy không nổi.

Cún 2 láu táu:

- Bố phải nhắc mẹ uống thuốc, chỉ uống nước chanh, không khỏi đâu.

- Nhắc rồi.

- Còn phải ngồi kế bên canh chừng, không thôi bố vừa đi khỏi, mẹ lại phun ra.

Bố phì cười:

- Mẹ uống thuốc giỏi lắm, không sợ đắng đâu con.

Kiki lên tiếng:

- Mẹ lớn rồi chứ đâu còn bê-bi như Cún.

Cún 2 bĩu môi:

- Chị biết gì! Bố mẹ vẫn nói là em trò chuyện như người lớn, có nghĩa là em không còn bê-bi nữa.

Chiều đi học về, thấy nhà vắng vẻ, bếp núc lạnh tanh, Cún 2 cảm thấy lòng nao nao. Cún gõ nhẹ cửa phòng mẹ rồi đẩy vào. Màn cửa kéo kín. Ánh sáng vừa đủ cho Cún thấy khuôn mặt mẹ nhợt nhạt màu lá non kê trên gối trắng viền đăng ten. Hai mắt mẹ lờ đờ nhìn Cún, miệng cố mỉm cười, cất giọng thều thào:

- Mới đi học về hở con? Đói bụng chưa?

Cún nói dối:

- Chưa mẹ ạ.

- Vậy thì chờ bố đi làm về thay mẹ nấu cơm tối nay.

Cún 2 vội vàng nói:

- Thôi, mẹ đừng kêu bố nấu cơm vì bố làm bếp dở quá à. Bố chỉ biết chiên trứng và nấu canh với bột súp mì gói mà thôi.

Mẹ cười gượng:

- Bố không nấu thì ai nấu bây giờ?

Mặt Cún 2 sáng rỡ:

- Con...

Và cho chắc ăn, Cún 2 nêu thêm tên đồng minh:

- ...với chị Kiki và anh Cún 1.

Mẹ phất tay:

- Ối, các con mà biết gì.

Cún 2 quả quyết:

- Biết chứ. Mẹ không nhớ là mẹ vẫn nhờ chúng con rửa rau, lột hành, lặt đậu hoài đó sao? Con lột hành chưa bao giờ đứt tay và chảy nước mắt. Con còn có cái lưỡi khéo ơi là khéo, mỗi lần pha nước mắm, mẹ vẫn kêu con nếm thử, mẹ chẳng gọi con là "con chó nếm nước mắm" là gì!

Dù tứ chi rã rời mệt mỏi, mẹ cũng phải bật cười. Cổ họng chợt đau khan, mẹ ho rũ rượi một tràng. Cún 2 chồm tới lấy tay vuốt sống lưng mẹ. Mẹ ho tới trào nước mắt sống. Cún đưa cho mẹ ly nước suối đặt trên bàn con cạnh giường, cất giọng tài khôn:

- Đàn bà bảy ngụm, đàn ông chín ngụm.

May là mẹ chưa uống ngụm nào, nếu không mẹ đã sặc nước văng tùm lun ra giường. Mẹ sửa lưng Cún 2:

- Mẹ ho chứ có phải bị nấc cụt đâu mà bảy với chín ngụm!

Cún 2 cầm ly nước đặt trở lại bàn, nâng tay mẹ úp lên má, giọng nịnh bợ:

- Cho nghe mẹ!

- Cho cái gì?

- Cho chúng con làm bếp.
- Các con chỉ phá phách chứ làm bếp nỗi gì!
Cún 2 nói liều:
- Thì mẹ chỉ cho chúng con phá phách!

Và sau đó Cún 2 hấp tấp chạy về phòng lấy giấy viết chép lại lời mẹ chỉ cách làm bếp: "Con gà trong tủ đông lạnh, đem ra bỏ vào bồn nước ấm cho tan đá. Trước đó nhớ lột bỏ bao ny-lông bọc ngoài. (Cún thắc mắc hỏi tại sao thì mẹ bảo, tại hãng làm gà đông lạnh dặn dò mấy bà nội trợ như vậy). Chờ cho gà mềm, bắc nồi nước lên lò, nấu sôi rồi thả con gà vào luộc. Nhớ vớt bọt và đừng đậy nắp cho nước trong. Chừng 30 phút thì gà chín, vớt ra cho nguội chờ bố về chặt nhỏ ra chấm nước mắm ăn với cơn. Nồi nước súp gà dùng làm canh. Còn hai bó rau cải bẹ xanh trong tủ đem ra rửa sạch, coi chừng có sâu và bọ rầy, xong xắt đoạn dài chừng lóng tay. Ờ quên, trước đó nhớ bốc một nhúm tôm khô đem rửa sơ rồi bỏ vào nồi canh. Trước khi ăn chừng năm phút mới bỏ cải vào, đừng bỏ sớm cải bở rệu không ngon. Các con nêm canh với muối, nước mắm và một chút đường cho dịu. Nước mắm chấm gà luộc thì mẹ đã làm sẵn bỏ trong lọ. Nếu bố thích ăn gà luộc chấm muối tiêu thì bảo bố làm. Cho bốn bố con, dặn Kiki lường gạo nấu cơm chừng ba chung rưỡi, vo gạo rồi canh nước khoảng hơn lóng tay là được. Ờ, tay các con ngắn, chắc phải hai lóng tay mới đủ..."

Xong mẹ ngả người xuống nệm, thở phì phò. Mẹ than vãn vu vơ:

- Mẹ khó thở quá, hai lỗ mũi nghẹt cứng.

Cún 2 lăng xăng chạy tìm khăn giấy cho mẹ. Chờ mẹ lau mũi xong, Cún 2 mới cất giọng ngập ngừng:

- Còn... còn "cục hoi" nữa mẹ ạ!

Mẹ chưng hửng hỏi:

- Cái gì? "Cục hoi" gì?

- "Cục hoi" của con gà, mẹ quên cắt bỏ.

Mẹ thở ra:

- Ờ, mẹ quên, các con nhớ cắt bỏ trước khi cho vào nồi nước sôi. Chó con của mẹ chỉ vạch lá tìm sâu.

- Khi rửa cải nhớ tìm sâu và bọ rầy thì mẹ đã dặn rồi.

Dù đã dặn dò kỹ lưỡng, cộng với tính nhớ dai và hay làm tài khôn của Cún 2, vậy mà mẹ vẫn quên một điều... Khi bố lấy dao xẻ con gà luộc ra thì thấy bộ lòng gà vẫn nằm y nguyên trong bọc ny-lông. Bốn bố con sửng sốt nhìn xuống bụng con gà luộc mở hoác. Cún 1, Kiki và Cún 2 lấm lét nhìn bố, chờ nghe lời trách mắng. Bố từ từ dùng hai ngón tay gắp lấy bọc ny-lông gói mớ tim gan bao tử dính quắp vào nhau, giơ lên cao như một món đồ gớm ghiếc. Chợt bố cất tiếng cười hề hề, giọng khề khà:

- Thấy ghê quá há!

Ba cái miệng trẻ con đồng loạt lên tiếng phụ hoạ:

- Dạ, thấy ghê quá chừng.

- Coi kỳ cục hết sức.

- Ý ẹ quá à.

Bữa cơm tối tuy buồn vì thiếu mẹ, nhưng cũng ngon lành thịnh soạn hết cỡ. Trước đó bố còn nấu cho mẹ một nồi cháo trắng ăn với thịt chà bông.

Xong bữa cơm, bốn bố con đưa mắt nhìn nhau. Cún 1 nghĩ thầm, mình đã rửa và xắt rau, ngâm tôm khô, không lẽ... Kiki đinh ninh rằng, mình đã vo gạo nấu cơm, luộc gà, dọn bàn; ngần ấy việc thôi chứ! Còn Cún 2 thì phềnh bụng chắc mẩm với ý nghĩ, công lao của mình như trời biển, không những đã chép lời mẹ dạy mà còn khuân ghế lôi con gà thả vào bồn xả đá, sau đó còn nêm canh và rót nước mắn ra chén; trời, chưa thấy "con chó" nào giỏi hơn "con chó" này! Chỉ có công việc của bố là nhẹ nhàng giản dị nhất: chặt gà.

Bố đưa mắt nhìn ba khuôn mặt im lặng chờ đợi một lời phán. Rồi bố biết thân biết phận, thở dài một tiếng, xô ghế đứng dậy, lặng lẽ dọn bàn và rửa chén. Cún 1 và Kiki thấy tội nghiệp, ở lại giúp bố một tay. Còn Cún 2 đã vội vã chạy vào phòng mẹ thông báo kết quả về bữa cơm ngày mẹ bệnh.

(1991)

CƠN SỐT
LÊN TRỜI

Mẹ vừa khỏi bệnh thì Cún 2 lên cơn sốt. Bố bảo, mẹ truyền vi khuẩn cúm cho Cún, vì vậy mỗi lần vào phòng Cún, Kiki luôn luôn cầm theo khăn giấy chặn trước mũi. Dù mệt mỏi, Cún 2 vẫn gắng gượng lên tiếng phản đối:

- Chị làm như em bị cùi phung mẻ sứt không bằng.

Kiki giải thích:

- Phải làm như vậy để vi trùng khỏi chui vô lỗ mũi, vào phổi gây bệnh ho, rồi chạy lên đầu cắn màng óc làm nhức, sau đó chạy xuống tim đánh nhau với hồng huyết cầu và bạch huyết cầu làm tim đập "bịch, bịch" như trống vỗ. Đó là chưa kể tới chuyện vi trùng tấn công bao tử làm đau bụng và ăn hết chất bổ dưỡng, chỉ sau vài ngày là con bệnh ốm nhom ốm nhách như bộ xương.

Cún 2 nhún vai:

- Chị nói lộn rồi.

- Lộn gì?

- Lộn con vi trùng nầy với con vi trùng kia.

- Vi trùng nào lại chẳng giống nhau?

Cún 2 gân cổ lên:

- Không, hôm nọ bố bảo có nhiều loại vi trùng lắm, chị không nhớ sao?

Kiki quên phứt mảnh khăn giấy, nghinh mặt đáp:

- Không.

- Người ta còn đặt tên cho vi trùng nữa đó.

Nghe Cún 2 nhắc thế, Kiki mới lờ mờ nhớ lại: "Ừ, hình như nó nói đúng", nhưng vẫn lì lợm hỏi:

- Tên gì?

- Gây ra bệnh cúm là vi trùng... cúm. Còn vi trùng "cóc" gây ra bệnh lao phổi. Nhưng ghê gớm nhất là con vi trùng "ếch" gây ra bệnh "ếch", chưa ai tìm ra cách giết được nó.

Kiki nghe vậy, lập tức giơ khăn che ngang mũi.

Cún 2 cười thầm trong bụng, bồi thêm vài chuyện đọc được trong cuốn "Y học gia đình" mà chính cu cậu cũng không hiểu rõ, chỉ nhớ đại khái:

- Con vi trùng "ếch" khôn lắm, biết thay hình đổi dạng như ma, bác sĩ không biết đường nào mà chữa.

- Vậy con bệnh chịu chết sao?

Cún 2 thả người xuống nệm, thở dài não nuột:

- Ừ, chết ngắc, tội nghiệp lắm!

Kiki rụt rè đến bên giường, ngồi xuống cạnh em, đưa bàn tay nhỏ nhắn đặt lên trán Cún 2:

- Trời, trán em nóng như khoai luộc.

Cún 2 thều thào:

- Vi trùng cúm tràn lên tới đầu rồi đó... đang đánh nhau với "quân mình" giữ thành trong đầu.

Giọng Kiki mềm như lụa:

- Có nhức không em?

- Không, chỉ nghe u u trong lỗ tai, có lẽ hai bên đang dùng tới xe tăng và máy bay để đánh nhau trong ấy.

Mặt Kiki xịu xuống thảm não. Trong trí cô nhỏ hiện ra cảnh chiến trường với binh lính nghênh ngang, tàu bay tàu bò nhào lộn tưng bừng, xe tăng đại pháo ì ầm nhả đạn. Cún 2 ngước nhìn chị, mặt đỏ hồng như nhen lửa, mắt lờ đờ. Kiki nắm chặt tay em, hỏi nhỏ:

- Em mệt lắm hả?

Cún 2 gật đầu, cất giọng bi thảm:

- Chắc em... chết.

Mặt Kiki chảy dài như cái bánh bao chiều:

- Thôi mà, đừng chết.

Cún 2 sực nhớ tới tuồng cải lương trong mấy cuộn băng hình mà mẹ ưa coi. Đào chính bị oan ức chuyện tình duyên, rút dao đâm vô bụng tự tử. Kép đóng cặp vội vàng chạy lại đỡ nằm trên tay. Trước khi chết, đào còn cố gân cổ xuống sáu câu mùi rệu. Coi tới đó, Cún 2 ngạc nhiên hỏi mẹ: "*Nó* gần chết rồi còn sức đâu mà hát hở mẹ?" Mẹ đang sụt sịt thương cảm cho phần số rủi nhiều hơn may của đào chính, nghe vậy, gắt khẽ: "Ngồi im mà coi, đừng có lộn xộn. Buồn thấy mồ đây!" Kiki vừa bù lu bù loa, vừa cắt nghĩa: "*Nó* đang trăn trối đó, tội nghiệp!" Mà rồi có ai chết đâu. Đào chính được thầy thuốc giỏi cứu sống và thành vợ chồng với kép. Chỉ có vậy mà cả hai hát hò lôi thôi rắc rối lắm. Không hiểu sao, hôm nay trong cơn sốt cúm, Cún 2 lại nhớ tới cảnh trối trăn ấy. Cún bắt chước:

- Trước khi chết, em muốn nói vài lời sau cùng.

Kiki không còn giơ khăn chặn mũi nữa mà đưa

lên mắt chặm khoé mi ướt mềm. Cún 2 tiếp tục thều thào:

- "Gia tài" em có bây nhiêu, em chia như sau: tặng bố cây viết mực, tặng mẹ con heo đất đựng mười lăm đô-la năm mươi xu mà em dành dụm từ mấy... chục năm nay, tặng anh Cún 1 bộ truyện mọi da đỏ, cái *gameboy* và xấp đĩa nhớ. Còn lại bao nhiêu, em tặng chị hết. Chị nhớ nuôi nấng Vịt Cồ Lớn và Vịt Cồ Nhỏ cho nên... người, nhớ để ý đừng để bố cứa cổ đánh tiết canh, tội nghiệp tụi nó. Em thương tụi nó lắm, nhưng đành... chết thế thôi.

Cuối cùng Cún 2 còn thòng thêm một câu học được của mẹ:

- Trời kêu ai nấy dạ, biết làm sao bây giờ.

Kiki bật khóc rưng rức như bị ai đánh. Dù vậy khi nghe Cún 2 lên tiếng nhờ chăm sóc giùm hai con vịt, coi bộ nhọc nhằn quá, Kiki cất giọng đưa đẩy:

- Thôi, chị không "dám" nhận hai em bé vịt đâu... hích, hích...

Cún 2 lại chêm vô một câu nghe lóm:

- Ép đầu ép mỡ chớ ai nỡ ép... lấy vịt. Chị không chịu thì thôi, em tặng anh Cún 1 vậy.

- Ừ, ...hích.

Rồi Cún 2 hỏi một câu lãng nhách:

- Không biết em được lên trời hay bị xuống hoả ngục đây?

Kiki oà khóc hu hu làm bố, mẹ và Cún 1 đồng loạt chạy vào. Giọng mẹ nhớn nhác:

- Cái gì mà khóc lóc thê thảm vậy Kiki?

Kiki hức hức không nói nên lời, chữ nghĩa vướng nghẹn trong cổ họng. Cún 2 mấp máy cặp môi khô:

- Chị Kiki... không chịu... lấy vịt, chị khóc!

Bố, mẹ và Cún 1 nhìn nhau ngơ ngẩn. Kiki lắc đầu nguầy nguậy:

- Không phải, không phải vậy... Em Cún sắp chết, trối trăn nghe thương quá... hu, hu...

Bố vội vã chạy lại, đưa tay sờ trán con. Cún 2 nói như mớ:

- Con tặng bố cây viết mực có vẽ hình con mèo Garfield...

Bố thúc hối:

- Mẹ đi lấy nước đá chườm trán con, còn Cún 1 vào tủ thuốc trong nhà tắm lấy cho bố cái nhiệt độ kế, mau lên!

Bố nắm gọn bàn tay nhỏ nhắn của Cún 2 vào hai lòng tay rộng, cứng cáp gồ ghề nhiều chỗ chai vì nghề nghiệp. Sức sống nồng nàn cuồn cuộn lan vào nhau. Tự nhiên Cún 2 thấy bố cao lớn quá đỗi. Đôi bàn tay như hai chiếc cũi sắt mát lạnh giữ lấy năm ngón mảnh khảnh. Khuôn mặt bố ngày thường trông trẻ trung yêu đời, hôm nay bỗng dưng uy nghi đạo mạo với ánh mắt đăm chiêu, khoé môi nhếch nụ cười hiền vô tư mà vầng trán thì mênh mông đầy vết nhăn phiền muộn. Một xúc cảm không thể giải thích vây lấy Cún 2, khiến cu cậu như người vừa rơi xuống tấm cao su căng, bật tung lên với cảm giác chới với hụt hơi. Hai lỗ tai Cún lùng bùng áp suất. Cún 2 thấy người nhẹ tênh như sợi khói, nhìn lại mới hay sau lưng vừa nhú cặp cánh vịt con vàng nõn. Quạt lạch phạch vài cái, lúc đầu còn sai lệch,

chặp sau đã ăn khớp nhịp nhàng. Mặt đất dưới chân Cún thấp dần, lùi xa, xa mãi, cuối cùng chỉ còn thấy thấp thoáng nửa vòng cung lênh đênh mây trắng. Vũ trụ bao quanh có màu xanh trong vắt như chiếc vòng cẩm thạch nơi cổ tay mẹ. Cún 2 không còn nóng sốt choáng váng nữa, mà cảm thấy êm mát dễ chịu vô cùng.

Và cứ thế Cún 2 thấy mình bay tuốt tận trời. Cửa trời mái cong, giăng mây màu kem dâu tây, có một cụ già râu tóc bạc phơ như bện bông gòn đang ngồi mân mê những sợi chỉ đỏ. Cún 2 sà xuống sát cạnh mà cụ chẳng hay. Tới gần mới thấy cụ già cứ lấy một sợi chỉ trong tay nầy, săm soi nối với một sợi khác trong tay kia. Mê mải tới độ, Cún 2 tằng hắng mấy lần mà cụ vẫn không nghe. Cún 2 đành lớn tiếng:

- Chào cụ.

Cụ già giật nẩy người, đánh rơi sợi chỉ đỏ. Cụ hoảng hốt chồm người, với tay chụp lấy, nhưng trễ rồi. Sợi chỉ uốn éo bay trong vũ trụ, trông như cái đuôi diều đứt. Cụ già chắt lưỡi hít hà:

- Thôi rồi, lại thêm một kẻ ở vá suốt đời.

Quay sang Cún 2, cụ giậm chân trách:

- Tại cậu hết thảy, làm ta giật mình. Tưởng ra cửa thiên đình ngồi xe tơ là được yên, nào ngờ vẫn còn bị quấy phá.

Ánh mắt cụ già quét một đường như đèn rọi từ đầu đến chân Cún 2. Từ nãy giờ, cậu nhỏ đứng co rúm như chú chim non trước bóng dáng oai phong lẫm liệt của một con hạc lão. Nhìn xuống người, Cún 2 mắc cỡ hết sức khi thấy, không biết vì lẽ nào mà cu cậu chỉ mặc có mỗi bộ áo ngủ xanh nhạt may bằng sợi bông vải có in hình những con cừu ngủ quên trong mây trắng.

Cụ già hất hàm hỏi:

- Này, cậu bé con nhà ai? Đi đâu đây?

Cún 2 khúm núm đáp:

- Thưa cụ, cháu là con của bố mẹ, em của anh Cún 1 và chị Kiki; cháu đi lạc.

- Nhà ở đâu?

Cún 2 chỉ tay xuống tít bên dưới, khuất sau những cụm mây bềnh bồng:

- Dưới đó xa lắm, thưa cụ.

Cụ già đặt ngón trỏ lên miệng, thì thầm:

- Dưới đó là đâu nhỉ? Vũ trụ nầy có biết bao nhiêu là "dưới đó"... A, có phải từ hoả tinh không?

Cún 2 lắc đầu:

- Thưa cụ, người hoả tinh da xanh, còn con da vàng.

Cụ già vò đầu bứt tóc:

- Ta lộn, thì ra cậu bé đến từ trái đất?

Cún 2 reo lên:

- Dạ, đúng đó. Trái đất quay xung quanh mặt trời, có mặt trăng là vệ tinh.

Cụ già kể lể lạc đề:

- Từ ngày người Mỹ lên cắm cờ trên mặt trăng, chị Hằng và chú Cuội dẫn thỏ ngọc sang tị nạn tại thiên đình.

Cún 2 trợn mắt hỏi:

- Vậy à? Cháu với bố mẹ và anh chị cũng là dân tị nạn chính trị đây, thưa cụ.

Cụ già xem chừng không để ý tới mấy điều Cún 2 vừa nói, giọng lơ đãng:

- Rắc rối, rắc rối! Chuyện của ta, ta làm còn chưa xong, nào dư thì giờ để ý việc thế sự.

- Bố cháu làm trong hãng máy, còn nghề của cụ là gì?

Cụ già thở dài:

- Một nghề bạc bẽo, ta có bổn phận xe duyên vợ chồng cho người trần gian. Ta là lão Tơ Hồng, cậu nhỏ biết chứ?

Cún 2 nhún vai lắc đầu, thật thà đáp:

- Chưa nghe bao giờ. Cháu chỉ nghe mẹ nói đến Tề Thiên đại thánh, chú Cuội, chị Hằng Nga và Ngưu Lang, Chức Nữ mà thôi!

Lão Tơ Hồng cười sặc sụa:

- Toàn những kẻ đáng thương! Tề Thiên vì ham bất tử, nên lén hái trộm đào trường sinh trong vườn của Tây Vương Mẫu, rồi bị Phật dùng chiêu "bàn tay năm ngón" hoá phép thành dãy Ngũ Hành Sơn đè bẹp dí, đợi tới dịp thầy Huyền Trang sang Tây Tạng thỉnh kinh, mới được Phật gỡ bùa cho theo hộ tống nhà sư. Còn chú Cuội bị vợ phá, ra tè dưới gốc đa thần làm tróc gốc bay thẳng lên trời, chú ấy tiếc rẻ bám rễ lên theo, rồi xa trần gian từ dạo ấy... Mà này, cậu nhỏ làm gì mà lẩn quẩn nơi đây?

Cún 2 lúng túng:

- Thưa cụ... tự dưng cháu thấy mình... mọc cánh vịt con... rồi chắp cánh bay lên, không cưỡng lại được...

Nét mặt ông lão trở nên đăm chiêu, gằn giọng thì thầm:

- Hừm... không lẽ gã Thần Chết giở sổ gọi tên... Ấy, không được...

Lẩm bẩm xong, lão Tơ Hồng liền xua tay đuổi Cún 2:

- Cậu bé về nhà ngay!

Cún 2 ngơ ngác hỏi:

- Bằng cách nào đây?

- Cậu nhảy ra cụm mây nầy, đừng quạt cánh nữa, cứ thả rơi như vậy mãi, khi nào cảm thấy toàn thân ấm nóng, tức là đã chạm vào lớp khí quyển của trái đất thì gỡ cánh vất đi. Tới đấy cậu biết đường về nhà rồi chứ gì?

- Dạ, nước Mỹ rộng lớn, đáp xuống dễ ợt.

Lão Tơ Hồng vẫy tay thúc hối:

- Thôi, đi đi, kẻo trễ.

Cún 2 cúi nhìn xuống khoảng không gian chập chùng không đáy, chân tay bủn rủn hết trơn hết trọi. Cún muốn nhảy lắm mà hai chân cứ ríu lại như bị nam châm hút. Cậu ngoái nhìn lão Tơ Hồng, giọng cầu cứu:

- Cháu sợ.

Cụ già ra lệnh:

- Nhắm mắt lại.

Vừa khép mi, Cún 2 đã bị lão Tơ Hồng tống mạnh một cái vào mông. Cún thấy toàn thân lao tới trước, hụt chân chới với trong khoảng không mênh mông. Cún lửng lơ rơi vào cõi im lặng rộng lớn. Đoạn đường lên trời tưởng xa dịu vợi, nào ngờ chỉ sau vài giây rơi, Cún đã cảm thấy người nóng ran, mồ hôi vã ra như tắm. Nhớ lời lão Tơ Hồng dặn, Cún 2 quàng tay tháo cặp cánh vịt ném vào không gian vừa đổi màu tím sẫm. Cún thấy đôi cánh phát quang đỏ lừ hình như bốc cháy, rồi toé thành nghìn hạt bụi lấp lánh tựa chòm pháo bông. Cún còn thấy đó đây những khối vẫn thạch rơi lạc vào tầng khí quyển, vỡ ra vô số mảnh vụn sáng ngời như sao sa.

Từ lúc ấy cho tới khi giật mình tỉnh giấc, Cún 2 không còn nhớ diều gì nữa. Khi mở mắt ra mới hay đã về đến nhà, trong căn phòng và chiếc giường quen thuộc. Đêm tối mịt. Ngoài khung kính đóng, tiếng mưa vọng vào lao xao. Cả người Cún ướt đẫm. Cún nhíu mắt nhìn ra những sợi mưa bay nghiêng, loé ánh đèn đêm xanh mướt như cảnh sương giăng trong phim thần tiên. Chợt Cún tự hỏi, không biết người mình ướt vì đổ mồ hôi cơn sốt cúm hay vì trúng mưa trên đường từ trời trở lại nhà?

(1991)

MƯA CUỐI NĂM

Một tiếng sấm xé trời làm Cún 2 co người lại như con tôm, trùm chăn kín mít để khỏi nhìn thấy lằn chớp sáng rực đe dọa xuyên qua khung kính đóng. Mưa đêm cuối năm tầm tã. Cún 2 không ngủ được, nằm nghĩ ngợi lan man. Mấy năm trước, Cún còn nhỏ, vào những đêm mưa to bão lớn như thế này, mẹ dỗ Cún ngủ bằng cách kể chuyện. Chuyện kể của mẹ không có những lâu đài tráng lệ, những hoàng tử tuấn tú, những công chúa xinh đẹp hay những bà phù thuỷ mũi khoằm với giọng cười the thé; mà hiền hậu dễ thương vô cùng. Này là cung điện mái cong ngó ra khu rừng mai mùa xuân đơm bông trắng cành. Này là người em chân chất may túi ba gang leo lên lưng quạ bay đến núi vàng. Này là bầy chim do Bụt hoá phép tới giúp con Tấm lựa thóc...

Những mẩu chuyện cổ tích rời rạc ấy lần lượt hiện ra trong trí Cún 2 đêm nay. Mưa vẫn nặng hạt. Sấm sét vẫn sáng loé đì đùng. Cuối cùng, không chịu nổi, Cún tốc chăn, rón rén bò sang giường Cún 1. Vừa thả người nhè nhẹ xuống mép giường thì có tiếng gắt làm Cún 2 giật mình, muốn rớt xuống đất:

- Làm gì đó chó con?

Cún 2 lắp bắp:

- Em không ngủ được, em s..ợ... quá hà!

- Sợ cái gì?

- Sợ tiếng sấm.

Cún 1 nghĩ thầm, không lẽ mình thú nhận là mình cũng thỏ đế như nó sao, đâu có được. Nhưng im lặng là đồng loã, nên Cún 1 vội vã cất tiếng rù rì:

- Có gì đâu mà sợ?

- Tự nhiên thấy sợ. Anh cho em ngủ ké đêm nay.

Như sợ Cún 1 không đồng ý, Cún 2 tiếp lời,

giọng mềm như ướp mật:

- Chỉ một đêm nay thôi!

Trong bụng Cún 1 tuy đã ưng thuận từ lâu rồi, nhưng vẫn giả bộ:

- Lần cuối cùng nghe không!

Cún 2 mừng rơn, thốt lời văn hoa rẻ tiền cóp nhặt từ mấy bài hát thời thượng:

- Lần đầu mà cũng là lần cuối.

Được một lát, trong bóng đêm cuối năm tối mịt vang lên se sẽ giọng Cún 1:

- Ngủ chưa chó con?

Tiếp theo là tiếng chăn nệm sột soạt và giọng Cún 2 ráo hoảnh:

- Chưa.

- Có lẽ tại chật chội nên không ngủ được.

Một tiếng sấm nổ ầm làm Cún 2 sợ hãi ôm lấy anh. Cún 1 thì thầm mấy điều tưởng tượng:

- Ngọc Hoàng đang nổi trận lôi đình vì cho tới giờ nầy vẫn chưa thấy bóng dáng ông Táo đâu.

Cún 2 thắc mắc:

- Ông Táo đi đâu mà không chịu lên chầu trời?

- Ông Táo ham chơi, năm nào cũng về trời trễ. Hơn nữa, đường về trời xa xôi, phải đổi máy bay mấy bận, ông Táo tới chậm là chuyện thường. Anh nghe mẹ kể lại, ông Táo lính quýnh đến nổi, lên chầu trời mà quên mặc quần.

Cún 2 chặc lưỡi:

- Ông Táo hư quá!

Cún 1 "ừ" khẽ rồi cong mình nằm nghiêng, lên tiếng đề nghị:

- Chắc anh em mình phải nằm theo kiểu cá hộp mới ngủ được chó con ạ!

- Là sao?

- Anh và Cún phải nằm ngược đầu.

Cún 2 ngồi dậy, vừa đổi thế nằm vừa cười rúc rích:

- Em hiểu rồi anh Cún ạ!

- Hiểu cái gì?

- Hiểu lời bố vẫn nói với mấy chú, mấy bác: "Về nhà, nằm gác chân lên trán mà suy nghĩ!"... Mà nè, trước khi đi ngủ, anh có rửa chân theo lời mẹ dặn không đó?

Cún 1 đáp yếu xìu:

- Có.

Rồi lặng lẽ nhích chân ra xa. Cũng may, Cún 2 không hỏi gì thêm. Lại im lặng. Mưa vẫn rào rạc ngoài vườn đêm. Lâu lâu căn phòng bừng lên ánh chớp, rọi những hình thù kỳ dị lên tường nhà trắng toát. Mỗi lần như vậy, Cún 2 lại nhắm kín mắt. Trong trí Cún hiện ra nhởn nhơ những khuôn mặt gớm ghiếc. Cún nhấc đầu tìm hai chân anh. Tự nhiên Cún nhớ tới câu chuyện mà Kiki đã có lần rêu rao: "Thật ra Cún đâu phải là con của bố mẹ. Bố thật của Cún là ông cùi. Mẹ thật của Cún là bà ăn xin ngoài chợ. Họ nuôi Cún không nổi nên mới gõ cửa nhà bố mẹ nhờ nuôi giùm. Bố mẹ thấy hoàn cảnh đáng thương nên nhận Cún về làm con..." Nghe tới đó, mặc dù ngoài mặt nghinh ngang gân cổ lên cãi: "Sức mấy. Xạo ke. Dóc tổ", nhưng trong bụng Cún hoang mang ghê lắm. Trời, mặt mũi mình lành lặn như vầy mà chị Kiki dám bảo mình là con của người cùi. Tuy Cún 2 biết Kiki đặt điều vu khống trắng trợn, nhưng không biết đối phó bằng cách nào. Rốt cuộc Cún đành le te chạy vào nhà bếp, nước mắt lưng tròng, giật giật áo mẹ, vừa phân trần vừa chỉ trỏ vu vơ: "Mẹ ơi, chị Kiki nói bố ruột của con là Hàn Mặc Tử số 3, còn mẹ ruột của con là mụ ăn xin ngoài chợ, thật không mẹ... thật không?" Mẹ cất giọng an ủi: "Kiki nói bậy, để lát nữa mẹ rầy." Nghe giọng mẹ thản nhiên, Cún 2 đâm ra nghi ngờ, hỏi tới: "Chị ấy còn bảo con là người dưng nước lã trong nhà nầy, là cuống ruột thừa ngoài ngàn dặm nữa đó mẹ, đúng không mẹ?" Mẹ dừng tay xắt hành, hai mắt đỏ hoe nhìn Cún: "Sao các con nhiều chuyện quá vậy? Không thấy mẹ bận làm bếp hay sao? Đi chỗ khác chơi, chờ bố về xử." Cún 2 đành ngoe nguẩy, ấm ức bỏ vào phòng riêng. Tối đó, sau bữa cơm, vụ án Hàn Mặc Tử số 3 được bố xét xử như sau: Kiki can tội vu khống và sỉ nhục Cún 2, bị cúp tiền quà một tuần và phải chăn hai em bé vịt một tháng trời thay em. Tuy thắng kiện, nhưng Cún 2 vẫn cảm thấy không vui chút nào. Hỏi Cún 1, người mà bố vẫn thường gọi là "chàng trẻ tuổi trầm lặng", thì được biết, kể từ nay cho tới... chết, Cún 2 sẽ không bao giờ quên mấy điều Kiki tuyên bố.

Đúng vậy, tự dưng đêm nay, khi ngoài trời mưa to, sấm sét ì ầm, Cún 2 sực nhớ tới mẩu chuyện kia và cảm thấy buồn buồn làm sao ấy.

Cún 1 trở mình, thở khì một cái. Cún 2 hỏi nhỏ:

- Chưa ngủ sao anh?

- Chưa.

- Em buồn quá anh ạ.

- Buồn thì ngủ đi!

- Không, em buồn chuyện khác, không phải buồn ngủ, mà giông giống như bài hát mẹ ưa ca: *"Không biết đêm nay vì sao tôi buồn.."* đó anh!

Giọng Cún 1 chợt xôn xao:

- A, anh biết tại sao mình khó ngủ rồi chó con ơi!

- Tại sao vậy anh?

- Vì lúc nãy, sau khi cúng ông bà mình bắt chước bố uống trà, ăn kẹo đậu phộng và kẹo mè xửng.

Cún 2 tán đồng:

- Em ních một bụng kẹo nên khó ngủ quá trời.

Cún 1 giải thích:

- Không phải tại kẹo, mà tại trà.

Cún 2 thắc mắc:

- Bây giờ phải làm sao?

- Đành nằm chờ chớ biết làm sao bây giờ!

Cún 2 nhớ tới những câu chuyện mẹ ru Cún ngủ ngày xưa, đề nghị:

- Hay anh kể chuyện cho em nghe đi, thế nào em cũng ngủ cho mà coi!

- Còn anh thì sao?

- Anh thấy em ngủ, sẽ... bắt chước ngủ theo.

- Khôn vừa vừa thôi chó con.

Cún 2 đổi kiểu nằm, giọng dẻo quẹo:

- Em nói thiệt mà!

Cún 1 suy nghĩ một lát rồi nói:

- Anh đâu có biết nhiều chuyện cổ tích như mẹ.

- Thì kể chuyện khác.

- Anh cũng không biết chuyện lịch sử, chuyện loài vật...

- Thì kể chuyện khác.

- Anh chỉ biết chuyện ma mà thôi!

Kèm theo câu nói của Cún 1 là một tiếng sấm chát chúa. Cún 2 giật mình, ôm cứng lấy anh, giọng run rẩy:

- Em thích... nghe chuyện... m..a..a... lắm!

Cún 1 tỉnh bơ thủ thỉ:

- Em thích nghe chuyện nào? Chuyện quỷ Dracula hút máu người, chuyện ma lai rút ruột, chuyện quỷ nhập tràng, hay chuyện con ma vú dài?

Cún 2 đớ lưỡi, không thốt nên lời. Chặp sau mới lặp bặp ngỏ ý:

- Em không ưa a..ác quỷ... Dầu-cù-là, cũng không thích ma lai r..u..ú..t ruột, chỉ thích con m..a..a vú... dài mà thôi!

Nói xong, Cún 2 trùm chăn, nhắm chặt mắt lại. Cún không còn nghe tiếng mưa rơi nữa, cả tiếng sấm xé trời, chỉ bắt được mỗi giọng Cún 1 thều thào kể lể như sắp tàn hơi. Lâu lân căn phòng rực sáng như đồng loã cùng Cún 1 hù nhát Cún 2. Mặc dù Cún 1, Kiki và Cún 2 đã nghe bố mẹ kể đi kể lại câu chuyện hoang đường nầy tới thuộc làu, vậy mà mỗi khi nghe lại, Cún 2 vẫn rúm người sợ hãi. Cún 2 tưởng tượng ra cảnh con ma vú dài ngồi tắm bên bờ sông, mắt xanh như mắt mèo, lưỡi đỏ như lửa...

Giọng kể của Cún 1 có lúc nhỏ lại, chợt bung ra sống động khi tới hồi hấp dẫn. Rồi tất cả chìm vào bóng tối lùng bùng. Cún 2 thiếp ngủ lúc nào không hay.

Sáng hôm sau, khi gõ cửa bước vào, Kiki thấy

Cún 1 và Cún 2 ôm nhau ngủ vùi như hai con khỉ. Miệng Cún 2 còn ngậm ngón tay cái. Chăn nệm xô lệch. Kiki tới lay Cún 1 và Cún 2, lớn tiếng gọi:

- Dậy, dậy thôi, mồng một Tết mà ngủ gì dữ vậy?

Cún 2 cựa mình, mút chụt chụt ngón tay. Cún 1 nhướng cặp mắt mệt mỏi, nhìn quanh quất. Nắng rót đầy ắp căn phòng nhỏ, chói loà. Cún 1 dụi mắt, lèm bèm:

- Trễ học mất tiêu rồi!

Kiki nói nhanh:

- Hôm nay là mồng một Tết, bố mẹ xin phép trường cho tụi mình ở nhà một ngày.

Cún 1 lắc mạnh vai Cún 2:

- Cún ơi, dậy mau, còn mặc quần áo mới ra mừng tuổi bố mẹ và được tiền lì-xì nữa.

Cún 2 lồm cồm nhấc người ngồi dậy, nét mặt bơ phờ. Cún 1 hỏi dò:

- Đêm qua em nằm mơ thấy gì?

Cún 2 thả phịch người xuống nệm, nhóp nhép miệng như con cá mắc cạn:

- Em thấy... thấy... chơi bài cào, thua hết trơn, khóc... khóc quá trời!

(1991)

MẸ CON SẤU VÀ
CHIẾC RĂNG SÂU

"Một hôm sấu mẹ bảo sấu con lên bờ tìm tới nha sĩ gấu xin một cái hẹn nhổ răng. Sấu mẹ than:

- Cái răng sâu đã lâu năm, mỗi lần nhai là mỗi lần nhức thấu xương, nhổ quách cho rồi.

Sấu con hỏi ngớ ngẩn:

- Vậy chứ mỗi lần mẹ ăn xong, há miệng cho mấy chị dòng dọc tới mổ thịt dính trong lỗ răng sâu, không hết đau sao?

- Ối trời, nhắc làm gì tới mấy cái tăm xỉa răng vô tích sự đó! Chúng nó háu ăn, mổ tía lia vào lỗ răng hư, càng làm mẹ đau hơn. Thôi đi đi, nhớ *bảo nha sĩ gấu là mẹ bận lắm, tới là nhổ ngay, không có chờ lâu như lần trám răng trước đâu đó!*

Sấu con quẫy đuôi, lạch bạch bò lên bờ, lủi vào bụi cây mất dạng. Còn lại mình sấu mẹ trong hồ nước sâu. Sấu mẹ lười lĩnh thả trôi hóng nắng trên mặt nước êm ả.”

Cún 2 nghe mẹ đọc tới đó, rút ngón tay cái ra khỏi miệng, hỏi:

- Sấu nó ăn cái gì hở mẹ?

Mẹ ậm ừ, nhớ lại đoạn phim trên truyền hình chiếu cảnh sấu ăn tươi nuốt sống một con nai tơ, trông đáng thương quá chừng, nên nói dối:

- Sấu ăn chay con ạ!

Cún 2 thắc mắc:

- Tàu hũ chiên chấm với tương đen Lee Kum Kee ấy à?

- Không, ăn chay có nghĩa là không ăn thịt. Cá sấu chỉ ăn rong rêu và cỏ cây dưới nước mà thôi.

- Vậy mà cũng bị sâu răng sao?

- Sấu mẹ bị sâu răng vì làm biếng, buổi tối trước khi đi ngủ và sáng thức dậy không chịu đánh răng.

Cún 2 định hỏi, tại sao con đánh răng kỹ lắm mà cũng bị sâu ăn, nhưng Cún sợ lâm vào cảnh như mẹ con cá sấu, bị bắt tới nha sĩ xin cái hẹn

nhổ răng, nên ngậm miệng thin thít. Hỏi anh Cún 1 thì anh ấy trả lời, vì Cún 2 ưa ăn kẹo. Hỏi chị Kiki thì biết rằng, vì Cún 2 xí xọn nên mới ra nông nỗi. Nghĩ lại, Cún 2 thấy chị Kiki có lý hơn vì mẹ với bố đâu có ăn kẹo nhiều mà vẫn bị hư răng. Thế nên Cún 2 quyết định từ rày về sau ít nói hơn, còn kẹo thì vẫn ăn thả cửa như trước.

Một sáng nọ, thức dậy, Cún 2 bỗng cảm thấy trệu trạo trong miệng. Cu cậu lấy lưỡi rà qua lại thì tìm ra một cái răng lung lay. Rủi thay, không phải cái răng sâu đã làm Cún vật vã bao phen, mà là cái răng cửa. Cún 2 đưa tay lúc lắc chiếc răng sữa, thấy chỉ hơi tê tê, không đau lắm, hy vọng ngày mai sẽ... khỏi.

Buổi tối mẹ vào phòng đọc tiếp truyện *Mẹ con sấu và chiếc răng sâu* cho Cún nghe:

"Nha sĩ gấu lấy hai cái ruột xe đạp xin được của bác tiều phu buộc chặt sấu mẹ vào giường tre. Khi ông bảo sấu mẹ há miệng ra, thấy hàm răng chơm chởm, ông lạnh người, bèn gọi nữ y tá chồn hôi lấy dây lát cột hai quai hàm mẹ vào hai cột giường cho chắc ăn. Sấu mẹ ú ớ:

- Nhổ có đau lắm không?

Nha sĩ gấu cười khì:

- Cam đoam không đau. Nếu đau, không lấy

tiền.

Nói xong, ông ta chui đầu vào miệng sấu mẹ xem xét:

- Ối, lỗ răng sâu toang hoác như cái hang dế thế này, nhổ là phải. Chị chồn, đưa cho tôi lọ thuốc.

Nữ y tá chồn hôi xoắn xuýt chạy lại, chìa ra trước mặt ông lọ đựng một loại lá màu tim tím như tía tô. Nha sĩ gấu bốc vài nhánh, bỏ vào miệng nhai rau ráu. Xong, ông nhổ ra tay, rắc thêm một ít bột màu trắng, vê thành bánh rồi đắp chung quanh chiếc răng sâu của sấu mẹ. Trong khi chờ cho thuốc ngấm, ông sai nữ y tá chồn hôi sửa soạn y cụ nhổ răng. Có kềm nhọn, chĩa ba, cưa sắt và xà-beng. Sấu mẹ rợn người, lắp bắp:

- Làm gì mà giống như phá tủ sắt thế này?

Nha sĩ gấu ôn tồn:

- Ấy, chúng tôi đề phòng trường hợp nhổ khó, thật ra tôi chỉ cần cái này.

Nói xong, ông giơ ra trước mặt sấu mẹ một sợi dây thừng dài chừng năm vòng tay. Sấu mẹ trố mắt không hiểu. Nha sĩ gấu tủm tỉm cười:

- Bà chờ xem!

Lát sau, thuốc ngấm, nha sĩ gấu và nữ y tá chồn hôi cặm cụi cột dây quanh chiếc răng sâu của sấu *mẹ. Từ nãy giờ, sấu con đứng cạnh giường nhổ răng, cứ thắc mắc không biết chú ngựa rừng đứng đấy làm gì mà mắt cứ lấm la lấm lét ngó chừng. Khi thấy nha sĩ gấu tới buộc đầu dây còn lại vào bụng chú ngựa rừng thì cả hai mẹ con sấu đều hiểu ra. Chưa kịp phản ứng thì nha sĩ gấu đã vỗ tay cái bốp. Chú ngựa hí lên một tiếng xé trời, vụt bỏ chạy. Sấu mẹ ngoác miệng hét lên một tiếng kinh hoàng. Dây nhợ cột quai hàm, cột thân sấu mẹ đứt phừng phựt. Bụi bay mù mịt. Sấu mẹ ngã phịch xuống đất, ngất đi...”*

Cún 2 nôn nao hỏi:

- Rồi sao, rồi sao nữa? Sấu mẹ có ngỏm củ tỏi không?

Mẹ lắc đầu, đọc tiếp:

- *“Khi tỉnh dậy, sấu mẹ thấy mình nằm trên giường tre lót rơm êm ái. Bên cạnh, sấu con gục đầu khóc rấm rứt. Trước tiên, sấu mẹ giơ tay sờ thử chỗ răng hư. Thấy trống hốc, không đau lắm, chỉ hơi ê ẩm. Sấu mẹ yên tâm nghĩ bụng, màn nhổ răng phải gọi là táo bạo, nhưng có hiệu quả tốt. Sau khi vỗ về sấu con, trả công cho nha sĩ gấu mười con cá hương, mẹ con sấu dắt nhau ra về, không quên xin chiếc răng sâu làm kỷ niệm.”*

Mẹ gấp sách lại. Cún 2 vẫn chưa ngủ, mắt lim

dim, ngón tay cái ngậm trong miệng. Mẹ cúi
xuống hôn lên trán Cún 2, chúc ngủ ngon. Trước

khi rời phòng, mẹ bước tới giường Cún 1, kéo chăn thẳng thớm rồi tắt đèn, khép cửa lại. Cún 2 mút tay "chụt, chụt" một lát rồi thiếp đi, quên cả cái răng trong miệng lung lay sắp gẫy.

Sáng thứ bảy, nhân lúc bố chở mẹ đi chợ, Cún 2 táo bạo đề nghị với Cún 1 và Kiki:

- Em có cái răng lung lay, tụi mình đóng tuồng *Mẹ con sấu và chiếc răng sâu* nhé!

Cún 1 và Kiki bằng lòng ngay, vì giống như Cún 2, cả hai đều yêu câu chuyện thú vật ấy. Cún 2 phân vai:

- Em đóng vai sấu mẹ. Anh Cún 1 làm nha sĩ gấu. Chị Kiki làm ngựa.

Kiki phản đối:

- Chị yếu xìu, làm ngựa sao nổi!

- Không làm ngựa thì làm nữ y tá chồn hôi vậy.

Kiki trề môi:

- Không thích làm chồn hôi.

Cún 1 và Cún 2 cùng lượt lên tiếng:

- Vậy muốn làm gì?

Kiki vênh mặt:

- Làm nha sĩ gấu.

Cún 1 nhún vai:

- Lúc nào cũng muốn đóng vai chính không

hà, khôn vừa vừa thôi!

Kiki sừng sộ:

- Em có sức đâu mà làm ngựa, cũng đâu có hôi để đóng vai chồn. Không lẽ em làm cá sấu bê-by, con của Cún 2 à, coi sao được!

Cún 1 quơ tay:

- Thôi, được rồi. Cún 2 có cái răng cửa phải nhổ, đóng vai sấu mẹ là đúng. Còn Kiki, anh cho làm "thằng" nha sĩ gấu đó. Gì cũng giành!

Cuối cùng việc phân vai cũng xong. Kiki vào phòng mẹ, lấy cặp kính mát đeo lên mắt cho có vẻ trí thức, không quên thuổng cuộn chỉ may của mẹ bỏ vô túi. Thấy Kiki đeo kính mát, Cún 1 và Cún 2 ôm bụng cười bò. Cún 1 được dịp chỉ trích:

- Làm nha sĩ gấu chớ bộ làm thầy bói sao mà đeo kính mát?

Kiki cãi:

- Tại không có kính cận nên đeo kính mát thay thế.

Cún 2 đề nghị:

- Thôi đừng đeo chị ạ, trông chị giống bà thầy bói ngoài chợ quá.

Kiki tẽn tò, tháo kính đem cất. Khi màn kịch bắt đầu, Kiki bảo Cún 2 nằm xuống giường, há miệng ra. Kiki giả giọng òm òm, la lên:

- Ối, hai hàm răng nhọn hoắt như răng cá mập thế này, phải cột lại, không thôi nó táp mình đứt ngón tay.

Cún 2 giả bộ nhăn nhó:

- Nhổ răng có đau lắm không, thưa nha sĩ?

Kiki cười ồ ề:

- Hề hề, không đau không lấy tiền.

Cún 2 khều tay chị, nhắc:

- Sai rồi, chị phải nói như vầy: "Không đau đâu. Nếu đau, không lấy tiền!"

Cún 1 đóng vai ngựa, đứng giậm chân, cười hí hí. Kiki lặp lại câu nhắc tuồng của Cún 2, rồi trịnh trọng gọi lớn:

- Y tá chồn hôi đâu, đem kềm búa dao kéo ra đây!

Cún 2 trợn mắt sợ hãi:

- Làm gì mà giống như mổ heo vậy nha sĩ?

- Ấy phòng hờ thôi mà, thật ra chỉ cần cái này.

Kiki rút cuộn chỉ trong túi ra dứ dứ vào mặt Cún 2. Từ nãy giờ, Cún 1 đóng vai ngựa, không làm gì cũng chán, thấy vậy vội vàng chạy lại xúm xít giúp Kiki quấn chỉ quanh chiếc răng lung lay của Cún 2, thắt gút lại. Cún 2 nuốt nước miếng một cái ực, run giọng hỏi lần nữa:

- Có đa..a..u lắm không, nha..a sĩ?

Kiki bung cuộn chỉ, lần dây cột hai vòng quanh bụng Cún 1, đáp:

- Đã bảo là không đau mà.

Bây giờ Cún 2 mới thấy mình dại dột, nhưng không dám bỏ cuộc, sợ bị chê là thỏ đế. Cún 2 chỉ còn cách nhắm mắt lại, chờ... xỉu. Tai Cún 2 bắt được tiếng vỗ "bốp" của Kiki, rồi tiếng ngựa hí rùng rợn của Cún 1. "Phựt" một cái. Cún 2 há hốc miệng ra, muốn ngất lắm mà không ngất được, hai mắt mở to lấm lét. Cún 1 và Kiki chạy lại, tranh nhau vạch miệng Cún 2 ra coi. Cái răng sâu vẫn còn đó. Sợi chỉ đứt đâu mất tiêu.

Cún 2 lấy tay lúc lắc cái răng lì lợm, cười như mếu:

- Nha sĩ gấu... cái nhổ răng dỏm quá à!

Kiki nhún vai hai ba cái liên tiếp, giọng tỉnh bơ:

- Nhổ răng dỏm, không tính tiền.

Rồi rụt rè hỏi:

- Cún dám để chị nhổ lần nữa không?

Cún 2 le lưỡi, bắt chước giọng người lớn:

- Một lần đủ tởn tới già.

Tối đó vào giường ngủ, Cún 2 mần mò sờ nắn mãi cái răng bé tí. Cún 2 nghĩ thầm, hay nó còn... thương mình, không nỡ bỏ mình đi? Vậy mà, giữa đêm thức giấc, Cún 2 cảm thấy cồm cộm trong miệng, lừa ra thì thấy cái răng cửa rụng hồi nào không hay. Nhớ lời mẹ kể, răng trên thì ném lên nóc nhà cho mèo tha, răng dưới thì quăng vào gầm giường cho chuột gặm, để răng mau mọc, Cún 2 xỏ dép, khoác áo đi ra cửa. Đầu óc Cún ngái ngủ bồng bềnh như người mộng du. Nhưng cửa đã khoá kín. Cún 2 cầm chiếc răng trở lại gường nằm, nghĩ ngợi lan man. Chợt Cún 2 cảm thấy hồn lâng lâng vu vơ, như vừa đánh mất một cái gì không rõ.

(1992)

TÌNH ĐẦU, TÌNH CUỐI

Có một điều, hồi nào tới giờ Cún 2 vẫn chưa hiểu nổi, tại sao con trai lớn lên phải cưới vợ và con gái lớn lên phải lấy chồng. Hỏi anh Cún 1, người mà bố thường gọi là "chàng trẻ tuổi trầm lặng" và tiên đoán sẽ là "triết học gia vĩ đại của thế kỷ 21", thì Cún 2 nhận được câu trả lời: "Cho vui vậy mà!" Trời, cưới vợ lấy chồng mà vui cái nỗi gì. Nếu vậy thì đã không có chuyện lâu lâu mẹ lại than vắn thở dài: "Sao đời mẹ khổ thế này." Và thỉnh thoảng vài bà bạn của mẹ gọi điện thoại tới, không hiểu hai người trò chuyện những gì mà sau đó cứ nghe mẹ chặc lưỡi an ủi mãi: "Thôi mà, buồn rầu chỉ thêm khổ thân, nó đi rồi thế nào cũng trở về..." hoặc: "Đàn ông là vậy, như con ong, cuối cùng cũng bay về tổ, lo làm chi cho thân thể ốm o gầy mòn." Cún 2 tò mò hỏi "nó" là ai thì mẹ gắt: "Con nít không nên xía vô chuyện người lớn, đi chỗ khác chơi!" A, thì ra chuyện vợ chồng, lập gia đình rồi sinh con đẻ cái quan trọng hơn Cún 2 nghĩ nhiều.

Cún 2 đem mối thắc mắc ấy tỏ bày cùng Kiki thì cô bé nghiêm mặt suy tư rất người lớn. Sau một lúc nghĩ ngợi, Kiki phán:

- Thì lớn lên, ai cũng phải có chồng có vợ chớ sao!

Cún 2 nhăn mặt:

- Em thấy mấy người lớn lập gia đình khổ thấy mồ, có sung sướng gì đâu!

Kiki ngần ngừ:

- Ừ... nhưng có nhiều người trong nhà dù sao cũng vui hơn là sống một mình.

Cún 2 cãi:

- Càng nhiều người, chỉ mất công tranh nhau đồ chơi. Em chỉ thích sống một mình thôi.

Kiki trợn mắt:

- Một mình trụi lủi vậy à? Buồn chết.

Cún 2 ngúc ngắc đầu:

- Không, một mình với bố mẹ.

- Xời, nếu vậy thì đâu còn một mình nữa. "Một mình" có nghĩa là không có ai bên cạnh hết trọi, biết không?

Cún 2 gân cổ lên:

- Không. "Một mình" là không có vợ, không có chồng, còn bố mẹ thì phải có chớ!

- Nói vậy nghĩa là Cún 2 sẽ.. sẽ...

Cún 2 thêm vào, giọng quả quyết:

- Em tuyên bố sẽ không lấy vợ.

Mặt Kiki ngớ ra. Cún 2 thách thức:

- Chị có giỏi, tuyên bố như em đi!

Kiki trịnh trọng:

- Chị xin tuyên bố, cũng sẽ không lấy... vợ!

Cún 2 xua tay:

- Không, không, chị phải nói như vầy: "Chị sẽ không lấy chồng"!

Kiki lắc đầu:

- Ý, đâu có được. Chị không lấy chồng, bố mẹ buồn sao?

Mặt Cún 2 xịu xuống, giọng nhỏ lại:

- Chắc em đành phải làm bố mẹ buồn vậy thôi.

- Tại sao?

- Vì... vì con Kitty nghỉ chơi với em rồi.

Kitty là con bé bản xứ tóc vàng mắt xanh học cùng lớp với Cún 2. Thỉnh thoảng Cún 2 lại dẫn Kitty về nhà xem hai em bé vịt, cho ăn chả giò, chè đậu xanh. Kitty là đứa con gái duy nhất trong đám bạn ồn ào của Cún 2. Một lần, Kiki bắt gặp Cún 2 nắm tay Kitty dạo quanh mấy gốc lê trĩu trái, chỉ trỏ. Lát sau thấy Cún 2 thót trèo lên cành, hái trái thảy xuống. Kitty căng váy hứng, nheo mắt ngó lên. Kiki thấy cảnh... khó coi, nhún vai bỏ đi, tự dưng không ưa Kitty từ đó.

Đôi khi Kiki còn thủ thỉ cùng mẹ:

- Mẹ ạ, Cún 2 mới bây lớn mà đã mê gái.

Mẹ kinh ngạc:

- Vậy à?

- Nó mê con Kitty. Có lần con thấy nó trèo cây hái lê, con Kitty đứng dưới tốc váy ra hứng, thấy mà ghê!

- Vậy thì có gì ghê đâu con.

Kiki cụt hứng, nhưng vẫn cố nói:

- Hai đứa còn nắm tay nhau nữa. Con sợ Cún 2 mê gái rồi không chịu học bài.

- Từ hồi nào tới giờ Cún 2 là đứa biếng học nhất nhà, chớ đâu phải mới đây đâu con. Em nó còn nhỏ, ham chơi hơn ham học là lẽ tự nhiên. Con là chị, phải biết nhắc nhở trông chừng... Mà thôi, để có dịp mẹ sẽ hỏi Cún 2 cho ra lẽ.

Rồi mẹ cất giọng vu vơ:

- Mẹ thấy con Kitty dễ thương đó chớ. Khi tới, lúc về đều chào mẹ, chứng tỏ là con nhà có giáo dục.

Kiki õng ẹo nhái:

- *Hi, Mrs. Lê! Bye bye Mrs. Lê!* Con nít mà bày đặt điệu hạnh, thấy ghét!

- Coi bộ con không ưa Kitty?

- Con cũng không biết nữa...

Mẹ từ tốn:

- Con suy nghĩ lại coi, Kitty có làm chuyện gì mất lòng con không?

Kiki nhớ lại và không thấy Kitty làm điều gì đáng trách. Vậy mà bây giờ, Cún 2 thổ lộ chuyện động trời, nó và Kitty không chơi với nhau nữa.

Giọng Cún 2 buồn như sắp xuống sáu câu vọng cổ:

- Kitty bỏ em, cặp kè với thằng Sam. Em biết nó giận em vì em đã bắt nó chờ trước cửa trường mười lăm phút. Hôm đó em bị cô giáo phạt ở lại lau bảng, dọn dẹp lớp học, xong chạy ra thì Kitty vẫn còn đứng đó. Thấy em, nó ngoe nguẩy bỏ đi. Em theo sau, xin lỗi rồi năn nỉ mà nó vẫn nín thinh, mặt sưng như bị ong chích. Ngày hôm sau nó bảo

không thích em nữa, đi về chung với thằng Sam. Nó còn chọc tức em, tuyên bố thích ăn *hotdogs* và *hamburger* hơn là chả giò và chè đậu xanh.

Tự ái dân tộc nổi dậy, Kiki sừng mặt lên:

- Nó nói như vậy thật à?

- Thật.

- Chị sẽ xé xác nó ra.

- Thôi mà, cho em can.

- Chị sẽ vả nó méo miệng.

- Đừng, vì bố nó là cảnh sát, sẽ bắt chị bỏ tù rục xương, chị phải bỏ học, mộng làm bác sĩ thẩm mỹ kể như tiêu tùng.

Cơn giận lắng xuống, Kiki thở ra:

- Thôi, chị tha cho nó lần này. Em cũng đừng chơi với nó nữa nhá, nó là thứ... thứ... ăn cháo đá bát, ăn chuối bỏ vỏ.

Cún 2 gật gù ra chiều hiểu ý, mặc dù chẳng hiểu "ăn cháo đá bát" là cái gì, còn câu "ăn chuối bỏ vỏ" nữa chứ. Có ai ăn chuối luôn cả vỏ đâu? Nhưng Cún 2 không hỏi vì sợ lòi cái dốt ra, Kiki cười. Bố mẹ hay được, bắt đi học lớp Việt ngữ tổ chức tại chùa Liên Hoa vào sáng chủ nhật thì... khổ.

Đôi khi trằn trọc không ngủ được, mẹ chạnh

nghĩ tới tương lai ba đứa con, thở dài nói với bố:

- Mình ạ, em lo cho tương lai chúng nó quá.

Bố tỉnh rụi:

- Có gì đâu mà lo.

- Con Kiki khôn ngoan, lanh lẹ, sau này chắc không đến nỗi nào. Còn Cún 1 thì ít nói, có vẻ... già trước tuổi, em sợ nó bị thua thiệt về sau. Cún 2 tuy thông minh, lý luận sắc sảo, nhưng không chăm học. Ở xứ này, không có nghề ngỗng đàng hoàng, làm sao ganh đua với người ta? Có lần em hỏi Cún 2 sau này thích làm nghề gì, nó ngẫm nghĩ một hồi rồi đáp tỉnh bơ: "Con thích làm phu hốt rác." Em ngạc nhiên hỏi tại sao, thì nó trả lời: "Vì phu hốt rác chỉ làm việc ngày thứ ba." Mình coi, nó làm biếng tới độ như vậy đó.

Bố úp mặt vào gối, cười hức hức:

- Cún 2 biết đối đáp như vậy là khôn thầy chạy, không có ngốc đâu. Còn chuyện làm biếng học, anh tin là nó sẽ thay đổi. Hồi còn nhỏ, anh cũng chúa ghét chuyện học bài. Thi vào đệ thất trường công, rớt hai lần. Tự nhiên lúc đi học trường tư, thấy mình cũng không đến nỗi nào, vì chúng bạn dốt quá, nên anh bắt đầu thích học từ đó.

Mẹ tiếp tục thủ thỉ:

- Hay hè này mình bắt Cún 2 đi học lớp Việt ngữ do thiện nam tín nữ dạy ở chùa Liên Hoa cho nó tập tính siêng năng đi mình! Coi bộ Cún 1 và

Kiki dạy nó không được rồi, học đó rồi quên đó.

- Học cho nó biết đọc và viết rành tiếng Việt thì anh đồng ý, chớ để siêng năng thêm thì anh không dám chắc. Thôi, con nó còn quá nhỏ, đang ở tuổi phát triển, mình không nên uốn nắn mạnh tay quá, chờ vài năm nữa hẳng tính. Theo anh thấy, thằng Cún 1 coi ù lì vậy chớ thông minh ngầm, còn Cún 2 chỉ lém lỉnh chớ không minh mẫn lắm đâu. Mọi người cứ tưởng con chó lăng xăng lít xít là giống gia súc thông minh. Không phải, con heo mới là con vật thông minh nhất. Các thử nghiệm trí thông minh đã chứng tỏ điều đó...

Bố còn phịa thêm:

- Con heo có tỷ số thông minh IQ tới 117 điểm lận.

Mẹ xì một tiếng:

- Sao mình không nói con heo biết làm toán đố luôn cho rồi... Mà bộ hết chuyện rồi sao mà mình đem con ra ví với heo, chó?

Bố vuốt ve vai mẹ:

- Anh đặt thí dụ cho vui vậy mà.

Mẹ nhớ lại tuổi thơ mình, cười nhẹ:

- Lúc em bằng tuổi chúng nó, em khờ khạo ngốc nghếch như một con bê vậy đó mình!

Bố cũng thú nhận:

- Anh cũng vậy. Trẻ con bây giờ khôn lanh sớm quá!

Mẹ chặc lưỡi:

- Thằng Cún 2 hỉ mũi chưa sạch mà đã có bạn gái là con Kitty rồi đó mình.

- Vậy sao?

- Em nghe Kiki kể lại. Kiki có vẻ ganh tị thế nào ấy. Nó kể với giọng ấm ức, em nghe tức cười muốn chết mà không dám cười.

Bố úp mặt lên vai mẹ, âu yếm:

- Thôi, ngủ đi.

Giọng mẹ vẫn ráo hoảnh:

- Hôm nay không phải là đêm rằm mà sao em khó ngủ quá... Mình nè!

- Gì?

- Kiếp sau mình là vợ chồng nữa nhe!

Bố chưng hửng. Mẹ hỏi dồn:

- Nhe!

- Ừ.

- Mình sinh ba đứa con y hệt như vậy nữa nhe!

- Ừ.

- Nhưng nhất định tụi mình sẽ không sống đời lưu vong như vầy nữa, nhe!

- Ư... ừ...

- Mình về quê cất nhà, làm vườn sinh sống nhe

mình!

- Ư.. ư.. ừ...

Và mẹ còn tỉ tê nhiều mộng ước khó hiểu khác nữa mà bố không nghe lọt, vì bố đang từ từ lắng sâu vào giấc ngủ êm ái.

(1992)

CHUYỆN ĂN UỐNG
VÀ GIẢI NOBEL
HOÀ BÌNH

Cứ mỗi cuối năm mẹ lại tính sổ một lần. Năm Thân vừa qua đúng là năm khỉ khọt, chẳng ra giống gì hết trọi: mẹ bị cảm cúm nặng, cãi vã với bố một trận tơi bời về mấy chuyện không đâu lúc còn ở trại tị nạn, Cún 2 gãy mất cái răng, Kiki đã biết làm điệu, Cún 1 càng lúc càng suy tư nhiều hơn. Còn chuyện tài chánh gia đình ư? Tạm được. Và chuyện giao tế với hàng xóm, người đồng hương và bà con thân quyến khắp năm châu bốn bể? Không có gì đáng phàn nàn. Dù vậy, mỗi năm Tết đến, lòng mẹ lại bứt rứt khó tả.

Đầu ngày, ba đứa con đã tới trường, bố đi làm, trong căn nhà rộng chỉ còn một mình mẹ. Trời bên ngoài lại đổ tuyết. Tuyết rơi ngoài trời, rơi cả trong lòng mẹ. Trời ơi, lúc này hơn lúc nào hết, mẹ muốn có ai đó phụt đèn màu cho mẹ xuống sáu câu vọng cổ với hy vọng trút được nỗi sầu vô cớ. Tính của mẹ là vậy, dễ cười mà cũng mau nước mắt, nên sinh ra ba đứa con đứa nào cũng nhạy cảm. Cún 1 và Cún 2 nhạy cảm ngầm. Kiki nhạy cảm không giấu giếm. Mỗi khi coi truyền hình chiếu cảnh giết heo giết gà trong lò sát sinh là hai mẹ con chảy nước mắt đầm đìa. Đã vậy thì đừng coi, đằng này mỗi lần có phim tài liệu về thú vật là cả nhà bu lại nín thở theo dõi. Để rồi nước mắt rơi, trách móc loài người độc ác, thề thốt sẽ không ăn thịt nữa. Nhưng gia đình bố mẹ nhịn thịt chỉ được đôi ba ngày. Sau đó, đâu lại vào đấy. Tuy nhiên, khi đi chợ, mẹ chỉ chọn mua thịt các loại gia súc bị giết một cách... nhân đạo hơn. Ngoài ra mẹ còn để ý tới lượng Cholesterol nữa.

Một hôm trong bữa cơm tối, Cún 1, nhà thông thái và triết gia trẻ tuổi của gia đình, phán rằng:

- Không nên ăn nhiều thịt heo, trứng, tôm hùm, bơ, bánh kem vì mấy thứ đó chứa nhiều chất béo làm người ta phát phì và bị nghẽn mạch máu.

Bố gật gù. Mẹ hớn hở vì đang có ý định ăn khem. Cún 2 và Kiki chưa kịp phản đối thì Cún 1 đã phán tiếp:

- Cũng không nên ăn quá nhiều đường, nhiều muối, nhiều gia vị, không tốt cho tim và hệ thống tiêu hoá.

Cún 2 và Kiki nhao nhao lên:

- Vậy nên ăn cái gì?

- Mình phải ăn nhiều bánh kem cho trơn cổ, dễ nuốt cơm hơn chớ!

Cún 1 trả lời, giọng trịnh trọng như người lớn:

- Mình nên ăn nhiều cá và rau trái.

Kiki lắc đầu:

- Em không ăn cá để phản đối chuyện người ta lưới cá ngoài biển làm chết các loại thú khác.

Cún 2 giơ tay lên phát biểu:

- Em đả đảo chuyện ăn cá và rau cỏ, hoan hô chuyện ăn bánh kem, bánh tai heo, khoai tây chiên, thịt nướng và... đậu phộng da cá.

Và cu cậu còn tuyên bố lạc đề một cách hung hăng:

- ...Cho em đi ăn McDonald's trọn năm, em ăn cũng được!

Cún 1 nhún vai:

- Thây kệ tụi bây! Anh chỉ đưa ra đề nghị cùng

bố mẹ vậy thôi.

Mẹ gục gặt:

- Ừ, Cún 1 chỉ nêu ý kiến thôi mà.

Bố cất tiếng tán thành:

- Đề nghị của Cún 1 rất đáng quan tâm.

Nói xong, bố mẹ có cảm tưởng gia đình mình là một quốc hội tí hon mà bố mẹ là chính quyền có Cún 1 là tay sai đắc lực, còn Cún 2 và Kiki đứng đầu đảng đối lập. Bố nâng ly nước suối, hớp một ngụm, ngó đảng đối lập loe ngoe có hai mống bé tí như hai trái dưa hấu Mễ Tây Cơ, vậy mà hoan hô đả đảo hung hăng quá. Kiki còn tương đối hoà nhã. Thằng Cún 2 thì khỏi nói, chỉ dùng tình chớ không bao giờ biết dùng lý để giải quyết vấn đề... thời sự thế giới. Bố chợt nảy ra một ý nghĩ vui: tối nay mình đóng vai chủ tịch quốc hội, cho các con tranh cãi một phen về chuyện ăn uống.

Nghĩ là làm, bố lấy đũa gõ lóc cóc vào thành chén, ngỏ ý mình và thúc hối các con ăn cơm mau để... cãi nhau. Mẹ ngước mặt hỏi:

- Còn em làm gì, mình?

Nhìn nét mặt ngơ ngẩn của mẹ, bố suýt phì cười, nhưng nén lại kịp. Bố đùa dai:

- Dọn bàn, rửa chén, chớ làm gì bây giờ?

Cún 1 vọt miệng:

- Bố giao cho mẹ một chức vụ quan trọng đi bố!

Bố cười hể hả:

- Mẹ các con lúc nào lại chẳng là bà tổng trưởng bộ nội vụ và tài chánh.

Cún 2 thêm vào:

- Mẹ còn là đầu bếp giỏi nữa.

Kiki gật đầu lia lịa:

- Mẹ còn dọn nhà, giặt quần áo, kèm chúng con học, kể chuyện cổ tích cho chúng con nghe.

Cún 1 đứng dậy, trịnh trọng tuyên dương:

- Mẹ rất xứng đáng được trao giải Nobel... hoà bình:

Tất cả trợn mắt chưng hửng ngó Cún 1. Mẹ ngừng tay rửa chén, hỏi:

- Sao lại có chuyện hoà bình với chiến tranh trong đó nữa?

Cún 1 giải thích:

- Vì nếu mọi bà nội trợ trên thế giới này đều như mẹ thì làm gì có chiến tranh.

Sau câu nói của Cún 1, tất cả im lặng vài giây. Chợt Cún 2 và Kiki đồng loạt đứng lên vỗ tay lào rào, khen nức nở:

- Anh Cún 1 nói có lý, có lý lắm.

- Em đồng ý với anh Cún 1 hết mình.

Mẹ cúi đầu lau vội chồng chén dĩa để giấu khoé mắt long lanh và nụ cười thẹn thùng, rồi cất giọng dứt khoát:

- Nếu vậy thì phải trao giải ấy cho mọi bà mẹ chớ.

Cún 1 ngần ngừ:

- Ư.. ư... nhưng chỉ nên trao cho một người để... làm gương thôi.

Cún 1 láu táu ví von:

- Dạ, trọn đời chỉ trao cho một người mà thôi...

Rồi cu cậu ngẩng đầu, hỏi với vẻ mặt ngốc nghếch:

- Mà... mà... giải Nô-en là giải gì vậy anh Cún 1?

Cả nhà bật cười ồ. Kiki cũng vội cười theo để lấp liếm cái kiến thức nông cạn của mình. Cún 1 chậm rãi giải thích như một nhà thông thái:

- Giải Nobel, chớ không phải Nô-en em ạ, do một hoá học gia người Thuỵ Điển bày ra để trao cho những người tài giỏi khắp thế giới.

Cún 2 gật gù, liếc mắt ngó mẹ một cái, cất giọng nịnh đầm:

- Mẹ đoạt giải là đúng lắm rồi. Mà làm sao người ta biết ai tài giỏi để trao giải?

Cún 1 gãi đầu, nói bừa:

- Phải có người đề nghị chớ.

Bố thấy cần phải xen vào:

- Chuyện này phức tạp lắm các con ạ! Mà chắc gì mẹ đã nhận, nếu được giải.

Mẹ khoát tay cương quyết:

- Mẹ từ chối tức khắc.

Ba cái miệng trẻ con hỏi lớn:

- Tại sao?

- Vì mẹ tự xét thấy mình không xứng đáng.

Cún 2 thở khì thất vọng như thể mẹ sắp trúng giải tới nơi:

- Mẹ xứng đáng thấy mồ.

Kiki ngớ ngẩn hỏi:

- Hay mẹ nghi người ta kỳ thị, không chịu trao giải cho đàn bà con gái chúng mình?

Cún 1 lắc đầu:

- Trật lất, bằng cớ là bà Cà-ri, người Pháp, đã trúng giải tới hai lần. Ngoài ra còn có sơ Térésa và nhiều bà khác nữa đã đoạt giải Nôbel hoà bình.

Cún 2 thắc mắc:

- Em tưởng bà Cà-ri là người Ấn Độ chớ!

Bố cười hềnh hệch:

- Tên cúng cơm của bà ta là Ma-ri Cà-ri, người Pháp con à.

Và bố trở lại đề tài đầu tiên:

- Mà gia đình mình định bàn về chuyện ăn uống chớ đâu có muốn nói tới mấy bà Cà-ri, cà chua, cà chớn kia. Bây giờ bố hỏi các con, sang năm mới các con muốn mẹ nấu ăn như thế nào? Nhiều thịt, ít rau hay nhiều rau, ít thịt?

Kiki mềm giọng:

- Con không ăn thịt bò vì ti-vi chiếu cảnh người ta giết bò xẻ thịt trông đáng thương quá.

Cún 2 đứng dậy, giơ cả hai tay lên trời:

- Con đả đảo chuyện ăn cá, hoan hô chuyện ăn đậu phộng da cá.

Cún 1 dõng dạc:

- Con đề nghị mẹ cho ăn nhiều cá hơn thịt và nhiều rau trái hơn trước.

Kiki lại phản đối:

- Con không ăn gà vì ti-vi chiếu cảnh người ta nuôi gà tàn nhẫn quá.

Mẹ sắp xếp chén dĩa vào tủ xong, trở lại bàn ngồi, ngó ba đứa con nhốn nháo tranh nói, miệng thở dài mà lòng vui phơi phới:

- Vậy thì mẹ cho Kiki ăn chay trường, Cún 2 ăn bánh kem và đậu phộng da cá thả cửa, Cún 1 ăn nhiều cá, nhiều rau, ít thịt. Còn bố?

Bố bật dậy, bắt chước Cún 2, giơ hai tay lên trời:

- Bố đả đảo chuyện ăn, hoan hô chuyện nhậu!

Ba đứa con ngoác miệng cười nắc nẻ. Mẹ nhoẻn miệng cười ruồi, gật đầu:

- Mẹ cho bố các con ăn hột vịt lộn nguyên năm.

Ba đứa nhỏ lại xôn xao:

- Con không thích bố ăn vịt bê-by, làm mất... nhân phẩm loài vịt.

- Bố ăn hột vịt lộn là chà đạp lên danh dự của Vịt Cô Lớn và Vịt Cô Nhỏ.

- Bố làm như vậy là... phá thai vịt, bố biết không?

Bố giơ tay đầu hàng:

- Bố nói giỡn chút mà.

Rồi lẩm bẩm thật nhỏ: "...Ăn hột vịt lộn coi bộ mất nhân phẩm thiệt đó."

Sau khi rửa mặt, đánh răng, thay quần áo ngủ, Cún 2 vào phòng nhỏ giọng nói với Cún 1:

- Anh Cún nè, hay là mình biên thư cho ông Nobel đi!

Cún 1 chưng hửng:

- Để làm gì?

Cún 2 thì thào:

- Để đề nghị ông ta trao giải Nobel cho mẹ, biết đâu chừng...

Cún 1 muốn cười lắm, nhưng ngó bộ mặt trịnh trọng của em, Cún 1 cảm thấy xúc động, không nỡ cho em biết sự thật phũ phàng rằng ông Nobel đã về bên kia thế giới từ đời thuở nào rồi. Cún 1 quyết định thật nhanh, gật đầu:

- Ờ, biết đâu chừng!

Cún 2 sà lại bàn, ngồi xuống kéo hộc tủ lấy giấy viết ra, nói:

- Anh viết nhé!

Cún 1 nhảy tót lên giường, trùm mền:

- Thôi, em tự viết một mình đi!

- Không, anh viết chữ Việt hay hơn em.

Cún 1 "hứ" một tiếng, uể oải bước xuống giường:

- Thì nói là không biết viết cho rồi, lộn lộn quá.

Cún 2 giằng lấy tờ giấy và cây viết trên tay em, ngồi xuống ra lệnh:

- Đọc đi!

Cún 2 ngơ ngác:

- Em biết viết làm sao đâu mà đọc.

Cún 1 cố giữ bình tĩnh để không nổi quạu:

- Ý kiến của đứa nào, đứa đó phải đọc.

Cún 2 nổi máu anh hùng, ưỡn ngực, mặt câng câng ngó ra khung kính đêm hắt ánh đèn vàng mờ, tìm ý. Cún 1 tằng hắng nhắc. Cún 2 sửa giọng ê a...

Sau một đêm thức trắng, được sửa đi sửa lại nhiều lần, tờ kiến nghị có nội dung như sau:

"Hoa Kỳ, ngày 26 tháng 12 năm 1992

Kính thưa ông Nobel,

chúng con là ba đứa trẻ Việt Nam tị nạn cộng sản, hiện sống tại Hoa Kỳ. Hôm nay chúng con viết gởi ông lá thư này để thưa cùng ông một chuyện: chúng con muốn đề nghị ông trao giải Nô-ben hoà bình cho mẹ chúng con là bà Nguyễn thị Mai, vợ bố chúng con là ông Lê văn Phú. Bố mẹ chúng con tuy không giàu nhưng rất hạnh phúc. Chúng con là những đứa trẻ khá ngoan ngoãn, luôn luôn sống hoà bình với nhau, không bao giờ đánh lộn. Có được một nền hoà bình như vậy là nhờ mẹ, tất cả chỉ nhờ mẹ chúng con mà thôi. Mẹ là người đọc cho chúng con nghe chuyện lịch sử, chuyện dân gian, chuyện cổ tích quê hương. Mẹ là đầu bếp giỏi số một. Mẹ còn hay chuyển tiền giúp trẻ em Phi châu bị nạn đói, bà con túng thiếu tại Việt Nam, để xây làng SOS cho trẻ con mồ côi. Mẹ không được nhiều người biết đến như sơ Térésa, không thông minh như bà Cà-ri, nhưng mẹ chúng con là người đại diện cho tất cả những

bà mẹ thầm lặng và giỏi chịu đựng trên thế giới.
Xin ông cứu xét và nếu được, trao cho mẹ chúng
con giải Nobel hoà bình để làm tấm gương tốt
cho mọi bà mẹ. Chúng con hôn ông và kính chúc
ông dồi dào sức khoẻ."

Sau đó Cún 2 dặn dò Cún 1 đừng quên ra bưu điện gởi lá thư. Cún 1 không biết phải làm gì với bức thư kỳ cục đó, cứ lấy ra đọc tới đọc lui đôi ba bận, rồi xúc động và thấy thương mẹ hơn bao giờ hết. Cún 1 trách thầm ông Nobel đã quên, không đặt ra giải Nobel hạnh phúc, tìm trao cho những người mẹ, những người cha, những ông ngoại bà ngoại và ông nội bà nội lúc nào cũng thương yêu đùm bọc con cháu. Ông Nobel thiếu sót biết chừng nào. Cuối cùng Cún 1 nghĩ ra một cách rất mê tín dị đoan: Cún 1 đem đốt lá thư với hy vọng ở bên kia thế giới, ông Nobel sẽ nhận được và sau khi đọc, ông sẽ nở một nụ cười nhiều thông cảm.

(1992)

TẶNG PHẨM
CỦA BẦU TRỜI

Các con yêu dấu của bố,

Chắc hẳn các con ngạc nhiên lắm khi tìm thấy lá thư này nằm trong chiếc giày ống, của một người lạ, lại xưng bố. Ồ không, bố mới chính là người cha đích thực của các con, còn "nhân vật" mà các con vẫn gọi là bố, thích ăn tiết canh, hột vịt lộn, đùi ếch chiên bơ... thật ra chỉ là người đóng vai bố mà thôi. Có thể nói, Cún 1, Kiki và Cún 2 là "sản phẩm", là những đứa con tinh khôi trong bầu trời mơ mộng của bố. Hay văn chương hơn, bố đặt cho các con cái tên: *"Tặng phẩm của bầu trời"*.

Cứ mỗi năm, khi cơn mưa tuyết đầu mùa lã chã phủ lên vườn cỏ, không gian thê thiết một màu xám, lòng bố lại gợn lên một chút vui lẫn một chút sầu. Sầu vì mùa nắng đã tắt, thời tiết thôi ấm, ngày ngắn lại và đêm dài chập chùng. Nhưng vui, một niềm vui khó tả, khi ngoài phố chính những chùm hoa đăng giáng sinh vừa được thắp lên. Hình những vì sao năm cánh có chuôi. Hình ông già Nô-en ngồi trong cỗ xe nai. Hình những cây thông máng đầy quà tặng...

Bốn tuần trước đêm thánh, chợ phiên bày bán đến nửa đêm. Những nóc nhà thờ cao vợi giăng đèn sáng rực. Người trẩy hội vui nhộn, dạo quanh các hàng bán rượu cất bằng mật mía pha đường cháy và hồi cánh sao, những món kẹo bánh đặc biệt dành cho lễ thánh, hạt dẻ và ma-rông rang, những món trang hoàng cho cây Giáng Sinh... Nhiều lắm, làm sao bố kể hết.

Nhưng trong lá thư này, bố phá lệ, không nhắc đến những niềm vui đó mà bố sẽ chỉ cho các con xem một thứ khác. Các con có để ý không, ánh đèn rực rỡ của phố thị, của đời sống văn minh đã che mờ ánh sáng của trời đêm. Có khi nào, đi giữa đêm chợ phiên Giáng Sinh, các con ngẩng đầu nhìn lên? Không phải để ngắm tháp chuông nhà thờ cao ngất. Không phải để xem trên ô cửa một tiệm bán đồng hồ, cứ mỗi giờ chuông lại gõ kính koong, và từ bên trong đủng đỉnh bước ra bức tượng ba vua lễ mễ mang tặng vật đến Bê-lem mừng Chúa ra đời. Cũng không phải để chắt lưỡi trầm trồ ngắm nghía cây Giáng Sinh vĩ đại bày giữa khuôn viên toà thị xã, lấp lánh hàng ngàn ngọn đèn ngũ sắc. Mà để tìm kiếm những vì sao.

Ôi, tội nghiệp biết mấy những vì sao bị bỏ quên trên bầu trời đêm thánh. Ngày xưa, giữa bình nguyên trung đông bao la, đêm vẫn còn an bình, có chú bé chăn chiên mê mải ngước mặt đếm sao. Chợt, trên thinh không xanh thẩm có tiếng nhạc réo rắt, những vì sao dường như sáng hơn, và nơi đỉnh trời hiện lên một ngôi tinh tú rạng ngời, đuôi lấp lánh sao sa, rọi hướng về Bê-lem. Cậu bé khép nép quỳ xuống. Mặt ngước nhìn, có cảm tưởng thấy cả thiên thần tấu nhạc trên trời đêm.

Bố biết chuyện Chúa ra đời từ thuở bé, lúc còn ở quê nhà. Nhưng không giống như chú bé chăn chiên kia, bố đã không ngẩn ngơ vì tiếng nhã nhạc hay hình ảnh thiên thần múa hát. Mà bố chỉ yêu những vì sao và hình ảnh cậu bé con bơ vơ hốt hoảng trước cảnh tượng mầu nhiệm. Vâng, các con của bố ơi, bố đã bị nét mặt cậu bé chăn chiên ám ảnh không nguôi. Chắc các con đang tự hỏi, làm sao bố biết được "khuôn mặt" đó? Các con đừng cười bố nhé! Bố đã làm quen với cậu bé chăn chiên ấy qua một tấm thiệp Giáng Sinh.

Gia đình bố không theo đạo Thiên Chúa, dù vậy mỗi năm, tới lễ Giáng Sinh bố lại được ông bà nội của các con tặng cho một món đồ chơi. Có năm là một con thỏ hồng đánh trống thiếc. Năm khác là một con rùa mẹ và hai chú rùa con dính vào nhau bằng một sợi dây; vặn dây thiều, rùa mẹ sẽ kéo rùa con chạy lòng vòng, trông ngộ nghĩnh lắm. Nhưng trước đó, Giáng Sinh đã đến với bố từ khi ngoài chợ, người ta bắt đầu bày thiệp ra bán. Bố yêu chúng vô cùng. Hôm nào đi học về, cũng nán lại xem một đỗi lâu, không hề chán. Từ những tấm hình màu rẻ tiền rắc kim tuyến đến những tấm hình giát kim nhũ, in nổi sắc sảo nhập cảng từ nước ngoài, đều làm bố say mê. Với món tiền quà vặt hàng ngày, bố chỉ có thể mua nổi những tấm thiệp "lô-can" mà thôi. Hề gì, cũng đẹp đó chứ. Hình ông già Nô-en khệ nệ vác túi quà khổng lồ trên lưng. Hình cô bé mặc áo đầm tở mở đứng trước cây thông treo đầy đồ chơi tí hon. Hình con nai đứng ngơ ngác trong rừng tuyết, trên cao là một ánh sao kim tuyến lạc loài... Tuyệt vời! Bố

đã nhịn ăn quà, để dành tiền mua những tấm thiệp ưng ý đem về... ngắm chơi, vì lúc đó bố còn "quê mùa" lắm, chưa nghĩ đến chuyện tặng ai! Cho đến một hôm, bà nội dẫn bố cùng anh chị đến thăm một bà bạn có hàng bán sách. Ồ, bố xoe mắt nhìn những tấm thiệp giáng Sinh bày trong tủ kính, toàn là thiệp nhập cảng, mới lạ và xinh đẹp vô cùng. Cũng cần kể thêm cho các con nghe là hàng sách ấy đang hồi xuống dốc, sắp đóng cửa. Không biết có phải vì vậy không mà cô bán hàng đã khuân những hộp nhỏ đựng đầy thiệp ra cho bố cùng anh chị lựa mang về vài tấm. Ôi, còn niềm vui nào to lớn hơn thế? Hai mắt bố láo liên, thèm khát. Cả

ánh mắt của anh chị bố nữa. Và bố chọn được một
tấm thiệp thật đẹp... Không, đẹp nhất, cho đến
bây giờ bố vẫn chưa thấy tấm thiệp Giáng Sinh
nào đẹp hơn.

Thật ra, tấm thiệp cũng đơn giản thôi các con
ạ. Nhỏ vừa phải, giấy trắng, in nhiều mầu, không
có rắc kim tuyến, giát kin nhũ hay in nổi in chìm
gì cả. Mà đẹp nhờ ở tấm hình... Hay nói cách khác,
lúc đó bố chưa "cảm" được cái khung cảnh ấy đâu
vì còn mải giành giật với anh chị. Tới khi về nhà,
soạn lại mớ "chiến lợi phẩm", bố mới ngẩn người
ra ngắm. Bố cảm động. Niềm xúc cảm thật khiêm
tốn, nhỏ như một hạt kim tuyến bám lạc trên nền
trời xanh thẫm, trông như ánh sao đêm. Bố thổi
nhẹ, vì sao rơi mất. Và bố lấy tay mơn trớn tấm
thiệp như ve vuốt một con thú ngoan ngoãn. Tấm
thiệp in hình một chú bé con, tay cầm gậy gỗ, cán
cong, đang quỳ gối bên đàn cừu, mặt ngẩng nhìn
lên trời đêm xanh mướt. Trên đó có một vì sao
đang đổi ngôi, lung linh sáng rỡ trong trí tưởng
tượng của bố. Vì sao mầu vàng sẫm. Bầy cừu trắng
nõn như những chòm mây sa. Quần áo cậu bé mầu
xám nhạt, rách rưới. Tóc cậu vàng xoắn. Má phơn
phớt hồng. Môi đỏ mịn. Nét mặt an nhiên, tĩnh
lắng, đầy hạnh ngộ của một thiên thần.

Vậy mà chỉ vài hôm sau, bố đã "đặt" tấm thiệp ấy trong ván bài trẻ thơ với bác gái của các con, chị của bố. Bác chê tấm thiệp "xấu ỉn" và chọn cho nó một "đơn vị" thấp nhất: "ăn một". Có nghĩa là nó chỉ có giá trị bằng nửa tấm "ăn hai", hay chỉ bằng một phần năm tấm "ăn năm". Tất cả các "đơn vị cờ bạc" ấy đều do bác gái của các con đặt ra, vì bác lớn hơn bố ba tuổi, óc nhận định giá trị thẩm mỹ lẽ dĩ nhiên hơn nhãn quan của bố tới ba lần. Và rốt cuộc, bố thua mất tấm thiệp ưa thích. Mà phải thú thật với các con, bố chỉ cảm thấy tiếng tiếc một vài hôm rồi thôi. Sau đó quên đi. Quên bẵng đi. Mãi hôm nay, gần ba mươi năm sau, tại một nơi xa quê hương vạn dặm, khi ngoại cảnh báo lễ Giáng Sinh gần kề, đột nhiên bố nhớ lại. Niềm nhớ quắt quay như những vết kim châm. Không đau mà buốt xé. Vì bố biết, sẽ chẳng bao giờ bố có lại tấm thiệp ấy trên tay. Và đau đớn nhất, suốt quãng đời còn lại, sẽ không khi nào bố cảm nhận xúc cảm ấy, một lần thứ hai.

Giáng Sinh năm nay lại đến. Năm nào cũng thế, vài tuần trước đêm thánh là các con lại rạo rực, nô nức với ý nghĩ sẽ xin ông già Nô-en món quà gì. Một cái *walkman*? Một cái "đĩa nhớ" ghi trò chơi mới cho giàn máy điện toán? Một cái *skateboard* hay một đôi giày trượt băng? Bố vui với niềm háo hức của các con, và năm nào bố cũng cố chiều theo những "yêu sách" của các con, chỉ vì lý do duy nhất: Để các con vẫn còn tin rằng ông già Nô-en có thật. Để hằng năm, vào đêm 24 tháng chạp, trước khi đi ngủ, các con lại đặt trước cửa phòng một chiếc giày ống. Thằng Cún 2 bao giờ cũng tham lam, luôn luôn chọn chiếc giày to nhất, dẫu biết rằng ông già Nô-en chưa bao giờ thoả đáp trọn vẹn những ước muốn của nó.

Vui chơi trong những ngày lễ cuối năm, có khi nào các con nghĩ đến những đứa trẻ khác? Những đứa bé ốm còi, khập khiễng đứng sắp hàng chờ một bát sữa tươi ở Phi châu. Những đứa trẻ sống lây lất ngoài vỉa hè, làm những nghề đê tiện ở Nam Mỹ. Những đứa trẻ suy dinh dưỡng ở khắp nơi trên quê hương mình hay dật dờ khổ cực trong các trại tị nạn ở đông nam Á. Những đứa trẻ sống trong sự cùm kẹp khe khắt, vô tâm của cộng sản Trung hoa ở Tây tạng. Những đứa trẻ trải qua đoạn đời thơ ấu nơi ranh giới giữa sống và chết bên bờ sông Hằng ở Ấn độ. Và còn biết bao cảnh thương tâm khác nữa đang xảy ra trên trái đất này.

Các con có để ý không? Mơ ước chỉ đẹp khi còn là mơ ước. Tội nghiệp biết chừng nào cho những ai không còn biết mơ mộng. Ngay chính các con cũng chỉ là những nhân vật trong giấc mộng văn chương của bố. Như những vì sao là tặng phẩm của bầu trời, các con là những vì sao của bố. Những vì sao không bao giờ tắt trong vũ trụ thênh thang. Cũng như các con sẽ ngây thơ mãi trong thế giới văn chương ấu thơ của bố.

Cho bố xin các con một điều, các con hãy ngước mặt tìm kiếm những chòm sao Giáng Sinh đã bị ánh đèn chợ phiên che khuất. Như chú bé chăn chiên ngày xưa trên cánh đồng Do Thái ấy.

Bố của các con,..

(1990)

MỤC-LỤC

Đón xem

Quê
Nhà

truyện thiếu-nhi
của

NGÔNGUYÊNDŨNG

Giá: mười mỹ-kim